મહત્વ ના વ્યક્તિ

મિહિર જાગૃતિ વોરા

Made with ♥ on the Notion Press Platform
www.notionpress.com

હું માતા પિતા, મોટા ભાઈ ભાભી અને પ્રિય ભત્રીજી
ને અર્પણ કરું છું

સામગ્રી

પ્રસ્તાવના

મહત્વના વ્યક્તિ પુસ્તક માં મહાત્મા ગાંધીજી, સુભાષચંદ્ર બોઝ ,સરદાર વલ્લભભાઇ પટેલ, શહીદ ભગતસિંગ, કચ્છ ના જાણીતા નેતા કાન્તિપ્રસાદ અંતાણી , જાણીતા વિદ્વાન પ્રોફ .વખતસિંહ જાડેજા , અને જાણીતા ઉદ્યોગપતિ કાંતિસેનભાઇ શ્રોફ ઉપર લખેલા મારા લેખ નો સમાવેશ કર્યો છે .

સ્વીકૃતિઓ

આ પુસ્તક માટે મેં વિવિધ લેખ આધારિત માહિતી વિકિપીડિયા ,લેખ ને લાગતા આવેલા વિવિધ અખબારી અહેવાલ અને જે તે લેખક ના લેખ ના સંદભી નો સહારો લીધો છે તે સૌ નો હું આભાર માનું છું .

અનુક્રમણિકા

1
મોહનદાસ કરમચંદ ગાંધી

મિત્રો આ લેખ માહિતી આધારિત છે વિવિધ સંદર્ભ ના આધારે મેં માત્ર માહિતી આપવાનો પ્રયાસ કર્યો છે જેની નોંધ લેવા વિનંતી છે .30 જાન્યુઆરી ના રોજ મહાત્મા ગાંધીજી ની પૂણ્યતિથિ ના ૭૫ વર્ષ થશે .આ દિવસ ને દેશ માં શહિદ દિવસ તરીકે યાદ કરવામાં આવે છે ત્યારે મહાત્મા ગાંધીજીના જાણ ના અંશો જાણીયે .મોહનદાસ કરમચંદ ગાંધીને મહાત્મા કહેવામાં આવે છે. તેઓ એક ચતુર રાજનેતા હતા. તેઓ અંગ્રેજોના શાસનમાંથી ભારતને આઝાદ કરાવવાની લડાઈ લડ્યા હતા અને ગરીબ ભારતીયોના અધિકાર માટે અવાજ ઉઠાવ્યો હતો.મહાત્મા ગાંધીની ૧૫૦મી જન્મજયંતિ નિમિત્તે ભારતે બહાર પાડેલી મિનીએચર શીટ (લધુચિત્ર)માં ગાંધીજીની આઠ ટિકિટોબહાર પડાઇ છે.

જે ભારત દ્વારા બહાર પડાયેલી સૌ પ્રથમ વર્તુળાકાર ટપાલ ટિકિટો છે. મહાત્મા ગાંધી એકમાત્ર વિશ્વની એવી હસ્તી છે, જેમની છબી સાથે વિશ્વના 133 દેશોએ સ્ટેમ્પ, સિક્કા અને નોટ્ બહાર પાડ્યા છે. આવો આદર મેળવનારા ગાંધીજી સમગ્ર વિશ્વના એકમાત્ર હસ્તી છે, રાષ્ટ્રપિતા મહાત્મા ગાંધીજી એકમાત્ર એવી હસ્તી છે જેમના નામે વિશ્વના 133 દેશોએ ટપાલ ટિકિટ, નોટ્સ અને સિક્કા બહાર પાડ્યા

છે. સમગ્ર વિશ્વમાં આવુ સન્માન મેળવનારા ગાંધીજી એકમાત્ર હસ્તી છે. વિશ્વના કોઈ નેતાને આટલી હદે બહુમાન મળ્યુ હોય તેવુ હજુ સુધી બન્યુ નથી. મહાત્મા ગાંધીનું ચિત્ર માત્ર ભારતની ચલણી નોટ, સિક્કા અને ટપાલ ટિકિટ પુરતુ સિમિત નથી. ગાંધીજીના નામની ટપાલ ટિકિટ, સિક્કા અને નોટ્સ વિશ્વના 133 દેશોએ બહાર પાડ્યા છે. આવુ બહુમાન મેળવનારા ગાંધીજી વિશ્વની એકમાત્ર પ્રતિભા છે.

ભારતમાં વર્ષ 1948માં આઝાદીના પ્રથમ વર્ષની ઉજવણી ચાલતી હતી. ત્યારે આ આઝાદીની ઉજવણી નિમીત્તે તેમની પ્રતિમા સાથે સૌપ્રથમ ચાર જૂદી જૂદી ટપાલ ટિકિટ બહાર પાડવામાં આવી હતી. વર્ષ 2017માં આ ચાર સ્ટેમ્પની હરાજી થઈ ત્યારે તેની પાંચ લાખ પાઉન્ડ જેટલી કિંમત ઉપજી હતી. તે વખતે જે સ્ટેમ્પ બહાર પડાયેલી તે માત્ર દેશના પ્રથમ ગવર્નર જનરલ રાજગોપાલાચારીના પત્ર વ્યવહારમાં જ ઉપયોગમાં લેવાતી હતી.2 જી ઓક્ટોબર 1969ના દિવસે ગાંધીજીની 100મી જન્મ જયંતિ હતી તે દિવસે વિશ્વના 40 દેશોએ ગાંધીજીની સ્ટેમ્પ બહાર પાડી હતી.

આ રીતે એકસાથે વિશ્વના 40 દેશોએ ગાંધીજીની ટપાલ ટિકિટ બહાર પાડી ઈતિહાસ સર્જ્યો હતો. આવી જ રીતે ગાંધીજી જાન્યુઆરી 1915માં સાઉથ આફ્રિકાથી ભારત પરત આવ્યા હતા. તે સમયે દેશમાં આઝાદીનું આંદોલન આકાર પામી ચુક્યુ હતુ.ગાંધીજીના ભારત આગમનની શતાબ્દી વખતે વર્ષ 2015માં ભારત સરકારે બે સ્મૃતિ ચિહ્ન સમાન સિક્કા બહાર પાડ્યા હતા. જેમા ગાંધીજી વકીલ અને તે સાથે જ રાષ્ટ્રપિતા તરીકે તેમ બે ઈમેજમાં દર્શાવાયા છે. વર્ષ 1969માં ગાંધીજીની જન્મ શતાબ્દી નિમીત્તે 1,2,5,10 અને 100 રૂપિયાની ચલણી નોટ બહાર પાડવામાં આવી હતી.

વર્ષ 1987માં દેશમાં પ્રથમવાર રૂ.500ની ચલણી નોટ બહાર પડી હતી તેમા પણ ગાંધીજીને સ્થાન અપાયુ. આ નોટની રીવર્સમાં ગાંધીજીના નેતૃત્વમાં ફ્રય કરતા સ્વાતંત્ર્ય સેનાનીઓની છબી પણ અંકિત કરાઈ હતી. વર્ષ 2016થી ભારત સરકારે નવી કલર સ્કીમ અને ડિઝાઈન સાથે ચલણી નોટ બહાર પાડવાનુ શરૂ કર્યું.ફ્રાન્સ, જર્મની, ઉત્તરી આયર્લેન્ડ, શ્રીલંકા, તૂર્કી, રશિયા, ઈરાક, ઈરાન, અફઘાનિસ્તાન, ઉત્તર કોરિયા, ક્યુબા, ચેક રિપબ્લિક સહિત અન્ય

અનેક દેશોએ ગાંધીજીના નામની ટપાલ ટિકિટ બહાર પાડી છે. અનેક દેશોએ ન માત્ર ટિકિટ પરંતુ સોવેન્ચિર તરીકે સિક્કા અને નોટ્સ પણ બહાર પાડ્યા છે. આ એવા નોટ્સ અને સિક્કા છે જે કાયમી ચલણમાં ન હોય પરંતુ યાદગીરી રૂપે સોવેન્ચિરમાં બહાર પાડવામાં આવેલા હોય છે.અહિંસક વિરોધના તેમણે શીખવેલા મંત્રને આજે સમગ્ર દુનિયામાં આદર સાથે યાદ કરવામાં આવે છે.

મોહનદાસ કરમચંદ ગાંધીનો જન્મ ઉતર-પશ્ચિમ ભારતના પોરબંદર રાજ્યમાં બીજી ઓક્ટોબર 1869ના દિવસે થયો હતો. તેમનો પરિવાર શ્રીમંત હતો. મોહનદાસ ગાંધીના પિતા કરમચંદ પોરબંદર રજવાડાના દિવાન હતા. તેમનાં માતા ધાર્મિક પ્રકૃતિનાં હતાં. તેઓ પૂજા-અર્ચના માટે મંદિર જતાં હતાં અને ઉપવાસ પણ રાખતાં હતાં.

માતાએ મોહનને હિંદુ પરંપરા અને મૂલ્યોનું પાકું જ્ઞાન આપ્યું હતું. તેમણે ગાંધીને હંમેશાં શાકાહારી બની રહેવાની સલાહ આપી હતી. બાળક મોહનને માતા પાસેથી ધાર્મિક સહિષ્ણુતા, સાધારણ જીવનશૈલી અને અહિંસાના સંસ્કાર પણ મળ્યા હતા.રાજકોટમાં અભ્યાસ કરવા માટે તેઓ પહેલીવાર પોરબંદરની બહાર ગયા હતા. બાળકોનો ઉછેર સારી રીતે કરવાના હેતુસર મોહનદાસના પિતા તેમના પરિવારને રહેવા માટે પોરબંદરથી રાજકોટ લાવ્યા હતા.

રાજકોટમાં સારા શિક્ષણની વ્યવસ્થા હતી અને મોહનદાસને અંગ્રેજીનું શિક્ષણ આપવામાં આવ્યું હતું. 13 વર્ષની વયે મોહનદાસ ગાંધીનાં લગ્ન કસ્તૂરબા સાથે થયાં હતાં. કસ્તૂરબા રાજકોટનાં રહેવાસી હતાં અને લગ્નસમયે કસ્તૂરબા મોહનદાસથી એક વર્ષ મોટાં એટલે કે 14 વર્ષનાં હતાં. એ સમયગાળામાં મોહનદાસ ગાંધી એક બળવાખોર યુવાન હતા. મોહનદાસ મુંબઈની ભાવનગર કૉલેજમાં અભ્યાસ કરતા હતા, પણ તેઓ ત્યાં ખુશ ન હતા. એ સમયે તેમને લંડનના વિખ્યાત ઇનર ટેમ્પલમાં કાયદાનો અભ્યાસ કરવાનું આમંત્રણ મળ્યું હતું. પરિવારના વડીલોએ મોહનદાસને સમજાવ્યા હતા કે વિદેશ જશો તો નાતબહાર મૂકી દેવામાં આવશે, પરંતુ બધી મુશ્કેલીઓને અવગણીને ગાંધી અભ્યાસ માટે લંડન ચાલ્યા ગયા હતા.

લંડનમાં મોહનદાસ ગાંધી સંપૂર્ણપણે પશ્ચિમી રંગમાં રંગાઈ ગયા હતા, પણ એ સમયે લંડનમાં ચાલી રહેલા શાકાહારી આંદોલનમાં

તેમને ભાઈચારો દેખાયો હતો અને તેઓ તેમાં જોડાઈ ગયા હતા. એ ઉપરાંત લંડનની થિયોસોફિકલ સોસાયટીમાંથી પણ તેમને હિંદુ પરંપરાના પાઠ ભણવા મળ્યા અને સ્વદેશ પરત આવવાની પ્રેરણા મળી, જેના સંસ્કાર મોહનદાસને તેમનાં માતાએ આપ્યા હતા.

શાકાહારી ભોજનનો આગ્રહ, શરાબના સેવન અને ચૌન સંબંધથી દૂર રહીને મોહનદાસ પોતાનાં મૂળ ભણી પાછ ફરવા લાગ્યા હતા. થિયોસોફિકલ સોસાયટીની પ્રેરણાથી તેમણે વિશ્વબંધુત્વને પોતાનો સિદ્ધાંત બનાવ્યો હતો, જેમાં તમામ માનવો અને ધર્મોમાં શ્રદ્ધા ધરાવનારાઓને સમાન દરજજો આપવાનું સપનું સમાહિત હતું.એ ઉંમરે મોહનદાસને પોતાનામાં સુધારા કરવાની ઇચ્છા હતી. પોતાની નજરમાં જે કામ પાપ હોય એ કર્યા બાદ મોહનદાસ પ્રાયશ્ચિત કરતા હતા. તેનું વિગતવાર વર્ણન તેમણે તેમની આત્મકથા 'સત્યના પ્રયોગો'માં કર્યું છે. મોહનદાસ ગાંધીના પિતા મરણપથારીએ હતા ત્યારે મોહનદાસ પિતાને છોડીને પોતાની પત્ની પાસે ચાલ્યા ગયા હતા અને તેમના પિતાનું અવસાન થયું હતું. એ ઘટના પછી મોહનદાસને પોતાના વ્યવહાર બાબતે બહુ પસ્તાવો થયો હતો.

મોહનદાસનું પહેલું બાળક જન્મના થોડા સમયમાં જ મૃત્યુ પામ્યું હતું, જેને ગાંધીએ પોતાના પાપ માટે ઈશ્વરે આપેલો દંડ ગણ્યું હતું. પોતાના પિતાના મૃત્યુ સમયે તેમની પાસે ન હોવા બાબતે ગાંધીએ કહ્યું હતું, "હું બહુ શરમ અનુભવતો હતો અને ખુદને અભાગિયો માનતો હતો. હું મારા પિતાના ઓરડા તરફ દોડ્યો હતો. જ્યારે મેં તેમને જોયા ત્યારે વિચાર્યું કે મારા પર વાસના સવાર ન થઈ હોત તો મારા પિતાએ મારા ખોળામાં જ અંતિમ શ્વાસ લીધા હોત." વકીલાતમાં ભારતમાં નિષ્ફળતા મળી, એક ગુજરાતી વેપારીનો મુકદ્દમો લડવા માટે આફ્રિકા પહોંચ્યા.

કાયદાનો અભ્યાસ પૂરો કર્યા બાદ મોહનદાસ ગાંધી ભારત પરત આવ્યા હતા અને વકીલાત કરવા લાગ્યા હતા. તેઓ તેમનો પહેલો જ કેસ હારી ગયા હતા. એ દરમ્યાન તેમને એક અંગ્રેજ અધિકારીના ઘરમાંથી કાઢી મૂકવામાં આવ્યા હતા. આ ઘટનાથી અત્યંત અપમાનીત થયેલા મોહનદાસ ગાંધીને દક્ષિણ આફ્રિકામાં કામ કરવાનું આમંત્રણ મળ્યું હતું, જે તેમણે તરત જ સ્વીકારી લીધું હતું.

દક્ષિણ આફ્રિકામાં મોહનદાસ ગાંધી ટ્રેનમાં ફર્સ્ટ ક્લાસના ડબ્બામાં પ્રવાસ કરી રહ્યા હતા ત્યારે તેમને એક અંગ્રેજે સામાન સહિત ડબ્બામાંથી બહાર ફેંકાવી દીધા હતા.

દક્ષિણ આફ્રિકામાં બિનનિવાસી ભારતીયો સાથે થતા વર્તન અને ભેદભાવના વિરોધમાં તેમણે દક્ષિણ આફ્રિકામાં ઇન્ડિયન કૉંગ્રેસની સ્થાપના કરી હતી.ભારતીયોને બાકીના સમાજથી અલગ રાખવાના વિરોધમાં ગાંધીએ દક્ષિણ આફ્રિકાના નાતાલ પ્રાંતમાં આંદોલન શરૂ કર્યું હતું. દક્ષિણ આફ્રિકામાં ભારતીયોના અધિકારો માટેના આ સંઘર્ષ દરમ્યાન જ ગાંધીએ સ્વ-શુદ્ધિકરણ અને સત્યાગ્રહ જેવા સિદ્ધાંતોના પ્રયોગ શરૂ કર્યા હતા. સ્વ-શુદ્ધિકરણ અને સત્યાગ્રહ ગાંધીના અહિંસાના વ્યાપક વિચારનો હિસ્સો હતા. એ દરમ્યાન ગાંધીએ બ્રમ્હચર્યનું વ્રત લીધું હતું અને ભારતીય પરંપરામાં સાદગીનું વસ્ત્ર ગણાતી સફેદ ધોતી પહેરવાનું શરૂ કર્યું હતું. વંશીય ભેદભાવ સામે આંદોલન છેડ્યું, ટ્રેનના ફર્સ્ટ ક્લાસના ડબ્બામાંથી બહાર ફેંકી દેવાની ઘટના એક ટર્નિંગ પૉઇન્ટ હતી.

દક્ષિણ આફ્રિકામાં રહેતા ભારતીયો પર લાદવામાં આવેલા ત્રણ પાઉન્ડ ટૅક્સના વિરોધમાં મોહનદાસ ગાંધીએ 1913માં આંદોલન શરૂ કર્યું હતું. દક્ષિણ આફ્રિકામાં કામ કરતા ભારતીય મજૂરો, ખાણિયાઓ અને ખેતમજૂરોને એ આંદોલન દરમિયાન મોહનદાસ ગાંધીએ પહેલીવાર સંગઠીત કર્યા અને તેમના અગ્રણી બન્યા. પાછલાં અનેક વર્ષોના પોતાના સંઘર્ષની મદદથી મોહનદાસ ગાંધીએ 2,221 લોકોની સાથે નાતાલથી ટ્રાન્સવાલ સુધીની વિરોધ પદયાત્રાનો નિર્ણય કર્યો હતો, જેને તેમણે અંતિમ સવિનય અવજ્ઞા એવું નામ આપ્યું હતું. એ પદયાત્રા દરમિયાન જ ગાંધીની ધરપકડ કરવામાં આવી હતી. તેમને નવ મહિનાના કારાવાસની સજા કરવામાં આવી હતી, પરંતુ તેમણે શરૂ કરેલી હડતાલનો વધુ ફેલાવો થયો હતો. એ પછી દક્ષિણ આફ્રિકાની અંગ્રેજ સરકારે ભારતીયો પર લાદવામાં આવેલો ટૅક્સ પાછો ખેંચવો પડ્યો હતો અને ગાંધીને જેલમાંથી મુક્ત કરવા પડ્યા હતા.

દક્ષિણ આફ્રિકામાં બ્રિટિશ શાસન સામેની ગાંધીની આ જીતનો ઇંગ્લેન્ડનાં અખબારોએ જોરદાર પ્રચાર કર્યો હતો. એ સફળતા પછી

ગાંધી આંતરરાષ્ટ્રીય સ્તરે ઓળખાવા લાગ્યા હતા. દક્ષિણ આફ્રિકામાં પોતાના આંદોલનની સફળતા પછી મોહનદાસ ગાંધી એક વિજેતા સ્વરૂપે સ્વદેશ પાછા ફર્યા હતા. ભારત આવ્યા પછી મોહનદાસ ગાંધી અને કસ્તૂરબાએ રેલવેમાં થર્ડ ક્લાસના ડબ્બામાં ભારતભ્રમણનો નિર્ણય કર્યો હતો.

એ ભારતયાત્રા દરમિયાન ગાંધીએ પોતાના દેશની ગરીબી અને લોકોને જોયા તો તેનો જોરદાર આઘાત લાગ્યો હતો. એ દરમિયાન અંગ્રેજ સરકારના કાળા કાયદા રોલેટ ઍક્ટના વિરોધની જાહેરાત ગાંધીએ કરી હતી. એ કાયદા હેઠળ સરકારને એવો અધિકાર મળ્યો હતો કે તે કોઈ પણ નાગરિકને ચરમપંથી હોવાની શંકાના આધારે પકડીને જેલમાં ગોંધી શકે. મોહનદાસ ગાંધીના કહેવાથી સમગ્ર દેશમાંથી હજારો લોકો કાયદાના વિરોધમાં રસ્તા પર ઊતરી પડ્યા હતા. તમામ શહેરોમાં વિરોધ પ્રદર્શનો થયાં હતાં. એ દરમિયાન અનેક સ્થળે હિંસા ભડકી ઊઠી હતી. અમૃતસરમાં જનરલ ડાયરે 20 હજારથી વધુ લોકોની ભીડ પર ગોળીબાર કરાવ્યો હતો. તેમાં 400થી વધુ લોકોનાં મોત થયાં હતાં અને 1,300થી વધુ લોકો ઘાયલ થયા હતા.

આ હત્યાકાંડ પછી ગાંધીને ખાતરી થઈ ગઈ હતી કે તેમણે ભારતની આઝાદીનું આંદોલન શરૂ કરવું જોઈએ. પોતાની વધતી લોકપ્રિયતાને કારણે ગાંધી હવે ભારતીય રાષ્ટ્રીય કૉંગ્રેસના મોખરાના નેતા બની ગયા હતા. તેઓ બ્રિટનથી ભારતની આઝાદીના આંદોલનના અગ્રણી પણ બની ગયા હતા. મહાત્મા ગાંધીએ સંઘર્ષ માટે ભારતીય રાષ્ટ્રીય કૉંગ્રેસને લોકપ્રિય પક્ષ બનાવ્યો હતો. એ પહેલાં કૉંગ્રેસ શ્રીમંત ભારતીયોનું એક જૂથ માત્ર હતી.

ગાંધીએ ધાર્મિક સહિષ્ણુતા અને તમામ ધર્મોની આઝાદીના આધારે ભારત માટે સ્વાતંત્ર્ય માગ્યું હતું. ગાંધીની અહિંસક આંદોલનની અપીલને લીધે થતાં વિરોધ પ્રદર્શનોને ભારતીય સમાજના તમામ વર્ગો તથા ધર્મોનું સમર્થન મળવા લાગ્યું હતું. તેમણે બ્રિટિશ શાસન વિરુદ્ધ અસહકાર આંદોલનની શરૂઆત કરી. ગાંધીની અપીલ પર ભારતની જનતાએ બ્રિટિશ માલસામાનનો બહિષ્કાર શરૂ કર્યો હતો. તેના જવાબમાં બ્રિટિશ શાસકોએ ગાંધીની દેશદ્રોહના આરોપસર ધરપકડ કરી હતી. તેમને બે વર્ષ જેલમાં રાખવામાં આવ્યા

હતા.

એક અખબારે ગાંધી પર પાખંડનો આક્ષેપ કર્યો ત્યારે તેમણે કહ્યું હતું કે 'હું ભારતનો દેશી પોશાક પહેરું છું, કારણ કે એ ભારતીય હોવાની સૌથી આસાન અને કુદરતી રીત છે.'ગાંધીના આંદોલન અને તેમની માગણીઓની અવગણના કરવાનું હવે અંગ્રેજ શાસકો માટે આસાન રહ્યું ન હતું. તેથી બ્રિટિશ સરકારે ભારતના રાજકીય ભવિષ્ય વિશે વાત કરવા માટે લંડનમાં એક ગોળમેજી પરિષદનું આયોજન કર્યું હતું, પરંતુ તેમાં ચર્ચાથી અંગ્રેજોએ તમામ ભારતીયોને દૂર જ રાખ્યા હતા.

તેથી ગાંધી બહુ નારાજ થયા હતા. તેમણે અંગ્રેજોના મીઠાના કાયદા સામે આંદોલન શરુ કર્યું. એ સમયના બ્રિટિશ કાયદા અનુસાર, ભારતીય નાગરિકો મીઠું એકઠું કરી શકતા ન હતા અને તેનું વેચાણ પણ કરી શકતા ન હતા. એ કાયદાને કારણે ભારતીયોએ અંગ્રેજો પાસેથી ઊંચી કિંમતે મીઠું ખરીદવું પડતું હતું. ગાંધીએ હજારો લોકો સાથે દાંડીકૂચ શરુ કરી હતી અને બ્રિટિશ સરકારના પ્રતિકાત્મક વિરોધ સ્વરૂપે મીઠાના કાયદાનું ઉલ્લંઘન કર્યું હતું. તેથી અંગ્રેજોએ તેમની ધરપકડ કરી હતી. ગાંધીનું આંદોલન બહુ વિસ્તરી ગયું હતું.

હજારો લોકોએ અંગ્રેજ સરકારને ટેક્સ તથા મહેસૂલ ચૂકવવાનો ઇનકાર કર્યો હતો. આખરે અંગ્રેજ સરકાર ઝૂકવું પડ્યું ત્યારે ગાંધીજી ગોળમેજી પરિષદમાં ભાગ લેવા માટે લંડન જવા રવાના થયા હતા. મીઠાના સત્યાગ્રહ પછી એક મુઠ્ઠી મીઠું લઈ ગાંધીએ કહ્યું હતું કે 'આ એક મુઠ્ઠી મીઠાથી હું બ્રિટિશ સામ્રાજ્યના પાયાને લૂણો લગાડી રહ્યો છું.'ગાંધી લંડનમાં આયોજિત ગોળમેજી પરિષદમાં સામેલ થયેલા ભારતીય રાષ્ટ્રીય કૉંગ્રેસના એકમાત્ર પ્રતિનિધિ હતા. લંડનની આ પરિષદમાં ભારતીય પરિધાનમાં પહોંચીને ગાંધીએ ભારતની એક શક્તિશાળી છબી પ્રસ્તુત કરી હતી, પરંતુ ગોળમેજી પરિષદ ગાંધી માટે નિષ્ફળ સાબિત થઈ હતી.

બ્રિટિશ સામ્રાજ્ય ભારતને આઝાદ કરવા તૈયાર ન હતું. એ ઉપરાંત મુસલમાન, શીખ અને બીજા ભારતીય પ્રતિનિધિઓ પણ ગાંધીની સાથે ન હતા, કારણ કે ગાંધી તમામ ભારતીયોના પ્રતિનિધિ છે એવું અંગ્રેજોને લાગતું ન હતું. જોકે, ગાંધીને બ્રિટિશ બાદશાહ જ્યોર્જ પાંચમાને મળવાની તક મળી. એ ઉપરાંત ગાંધી ત્યાં મિલના મજૂરોને

પણ મળ્યા હતા. આ મુલાકાતોથી ગાંધીને ખૂબ ખ્યાતિ મળી હતી. સાથે તેમણે ભારતની રાષ્ટ્રવાદી માગ માટે બ્રિટિશરોની સહાનુભૂતિ પણ મેળવી હતી. ગાંધીની બ્રિટન મુલાકાત બાબતે શક્તિશાળી બ્રિટિશ નેતા વિન્સ્ટન ચર્ચીલે કહ્યું હતું કે 'શ્રી ગાંધી, જે એક સરેરાશ દરજ્જાના વકીલ છે તેઓ ખુદને એક ફકીરના સ્વરૂપમાં રજૂ કરી રહ્યા છે એ બહુ ડરામણું અને ઘૃણાસ્પદ છે.'ગોળમેજી પરિષદમાં પોતાની નિષ્ફળતા બાદ ગાંધીએ ભારતીય રાષ્ટ્રીય કોંગ્રેસનું અધ્યક્ષપદ છોડવાનો નિર્ણય કર્યો હતો. તેઓ પક્ષમાં હાંસિયામાં ધકેલાઈ ગયા હતા.

નાઝીઓ વિરુદ્ધની જંગમાં બ્રિટનને ટેકો આપવા ચર્ચીલ ભારતને કહ્યું ત્યારે ગાંધીએ એ વાતે જીદ પકડી હતી કે ભારતીયો પોતાના જ ઘરમાં અંગ્રેજોના ગુલામ છે ત્યાં સુધી ભારતે બ્રિટનને તેની નાઝીઓ સામેની જંગમાં ટેકો આપવો ન જોઈએ. હવે ગાંધીએ બ્રિટિશ શાસન વિરુદ્ધ એક નવા અહિંસક આંદોલન 'અંગ્રેજો ભારત છોડો'ની શરૂઆત કરી હતી. ગાંધી અને તેમનાં પત્ની કસ્તૂરબાને આંદોલનની શરૂઆતમાં જ જેલમાં ધકેલી દેવામાં આવ્યાં હતાં. એ પછી ગાંધીને જેલમાંથી મુક્ત કરવાની માગણી સાથે દેશભરમાં હિંસક આંદોલન શરૂ થયું હતું, પરંતુ બ્રિટનના વડા પ્રધાન વિન્સ્ટન ચર્ચીલ ઝૂકવા તૈયાર ન હતા. ગાંધીનાં પત્ની કસ્તૂરબાનું નજરકેદમાં જ મૃત્યુ થયું હતું. તેના ઘણા મહિના પછી 1944માં ગાંધીને પણ નજરકેદમાંથી મુક્ત કરવામાં આવ્યા હતા. 'અંગ્રેજો ભારત છોડો' આંદોલન પહેલાં ગાંધીએ કહ્યું હતું કે 'આપણે ભારતને આઝાદ કરાવવું જોઈએ અથવા આ પ્રયાસમાં પોતાનું બલિદાન આપવું જોઈએ.''પરંતુ અમે કોઈ પણ કિંમતે આજીવન ગુલામ તરીકે જીવવા રાજી નથી.'

ભારતીયોમાં આઝાદીની માગણી દિન-પ્રતિદિન પ્રબળ થતી જતી હતી. આખરે મજબૂર થઈને બ્રિટિશ સરકારે ભારતની આઝાદી માટે ચર્ચા શરૂ કરી હતી. પરંતુ ગાંધી જેના માટે લાંબા સમયથી સંઘર્ષ કરી રહ્યા હતા તે પરિણામ આવ્યું નહીં. માઉન્ટબેટનના પ્લાન અનુસાર, ભારતનું વિભાજન કરીને ભારત અને પાકિસ્તાન નામના બે સ્વતંત્ર દેશ બનાવવામાં આવ્યા હતા. એ વિભાજન ધાર્મિક આધારે થયું હતું. રાજધાની દિલ્હીમાં દેશની આઝાદીના ઉત્સવની ઉજવણી ચાલતી

હતી, પણ એકજૂથ દેશનું ગાંધીનું સપનું ધરાશાયી થઈ ગયું હતું. વિભાજનને કારણે વ્યાપક પ્રમાણમાં હત્યાઓ થઈ હતી. લગભગ એક કરોડ લોકોએ પોતાનાં ઘરબાર છોડવાં પડ્યાં હતાં.

ગાંધી દુઃખી થઈને દિલ્હી શહેર છોડીને કલકતા માટે રવાના થયા હતા, જેથી હિંસાને રોકીને ત્યાં શાંતિ સ્થાપી શકાય. દેશના વિભાજનને કારણે જોરદાર હિંસા થઈ હતી. ગાંધી કલકત્તાથી દિલ્હી પાછા ફર્યા હતા,. એ દરમિયાન એક દિવસ તેઓ દિલ્હીના બિરલા હાઉસમાં એક પ્રાર્થના સભામાં જતા હતા ત્યારે નાથુરામ ગોડસે એ તેમના પર હુમલો કર્યો હતો. ગાંધીની છાતીમાં ત્રણ ગોળી મારવામાં આવી હતી તેઓ હે રામ !કહીને નીચે ઢળી પડ્યા હતા .

મોટા ભાગના ભારતીયો માટે મહાત્મા ગાંધીનું મૃત્યુ એક રાષ્ટ્રીય દૂર્ઘટના હતું. દિલ્હીમાં મહાત્મા ગાંધીની અંતિમયાત્રા નીકળી ત્યારે તેમાં 10 લાખથી વધુ લોકો સામેલ થયા હતા. તેમના અંતિમસંસ્કાર યમુનાના કિનારે કરવામાં આવ્યા હતા. અહિંસા અને શાંતિના આ પૂજારીના મોતનો શોક આખી દુનિયાના લોકોએ મનાવ્યો હતો. ગાંધી જીવંત હતા ત્યાં સુધી અખંડ ભારતનું તેમનું સપનું સાકાર થતું જોઈ શક્યા ન હતા. મૃત્યુ વિશે ખુદ મહાત્મા ગાંધીએ કહ્યું હતું કે 'મૃત્યુ વચ્ચે જિંદગી પોતાનો સંઘર્ષ ચાલુ રાખે છે. અસત્યની વચ્ચે સત્ય પણ અટલ અડગ રહે છે. ચારે બાજુ અંધારાની વચ્ચે રોશની ચમકતી રહે છે.'

સંદર્ભ : "ગાંધીજયંતી : બેજવાબદાર યુવાનથી રાષ્ટ્રપિતા સુધી મહાત્મા ગાંધીની જીવનયાત્રા"ડેવિડ હાર્ડિમેન• ઈતિહાસકાર1 ઓક્ટોબર ૨૦૧૯ લેખ આધારિત માહિતી (bbc gujarati) , વિકિપીડિયા , વિવિધ લેખકો ના બ્લોગ અને તેમના લેખ અને વિવિધ અખબારી અહેવાલો

2
સુભાષચંદ્ર બોઝ

મિત્રો ચલો દિલ્હી અને 'તુમ મુઝે ખૂન દો, મૈં તુમ્હે આઝાદી દૂંગા'નું સૂત્ર આપનાર દેશના મહાન ક્રાંતિકારી સ્વાતંત્ર્ય સેનાની ને આઝાદ હિંદ ફોજના સ્થાપક સુભાષચંદ્ર બોઝની ૧૨૫મી જન્મ જયંતીનું વર્ષ ૨૩ જાન્યુઆરીથી શરૂ થશે. સમગ્ર વર્ષ દરમિયાન દેશભરમાં તેની ઉજવણી થાય તે માટે ભારત સરકારે વડા પ્રધાન ના અધ્યક્ષપદે એક સમિતિની પણ રચના કરી છે.

૧૯૩૭ની ચૂંટણી પછી સુભાષ જેલમાં છૂટ્યા ને યુરોપ ગયા તે પહેલાં ગાંધીજીને મળ્યા ત્યારે ગાંધીજીએ ગુજરાતમાં યોજાનારા કૉંગ્રેસ અધિવેશનના પ્રમુખ તેઓ બને તેવી પોતાની ઇચ્છ સુભાષબાબુ સમક્ષ પ્રગટ કરી હતી. એટલે યુરોપમાં બે માસ રહ્યા પછી હરિપુરા અધિવેશનનું પ્રમુખપદ સંભાળવા સુભાષ ભારત પાછા આવ્યા હતા. ગુજરાતી ના સારા જાણકાર લેખક મણિલાલ એમ પટેલે પોતાના લેખ ઘટના અને ઘટન માં આ વાત ને રસપ્રદ રીતે રજૂ કરી છે . આ માહિતી વાળો લેખ છે જેની નોંધ લેવા વિનંતી છે .

૧૯૩૮ના ફેબ્રુઆરીની ૧૯, ૨૦ને ૨૧મી તારીખે બારડોલી પાસેના નાનકડા હરિપુરા ગામમાં કૉંગ્રેસનું ૫૧મું રાષ્ટ્રીય અધિવેશન મળ્યું હતું ને તે અધિવેશનના પ્રમુખ સુભાષચંદ્ર બોઝ હતા. અધિવેશનની સમગ્ર તૈયારી ને આયોજનની જવાબદારી સરદાર વલ્લભભાઈ પટેલની હતી. માત્ર ૫૦ જેટલા ઘરની વસતિવાળા ગામમાં કૉંગ્રેસના

નેતાઓ અને પ્રમુખ સુભાષચંદ્ર આવવાના હોવાથી સમગ્ર ગામમાં ભારે ઉત્સાહ, આનંદ ને ગૌરવનું વાતાવરણ હતું. સરદાર પટેલે અધિવેશન સ્થળનું નામ 'વિઠ્ઠલનગર' રાખ્યું હતું. તાપીના કિનારે આવેલા 'વિઠ્ઠલનગર' અધિવેશન સ્થળે પહોંચતા સુભાષ હરિપુરા ગામમાંથી પસાર થવાના હતા.

૫૧ બળદ જોડેલા રથમાં બેસી સુભાષચંદ્ર બોઝ ગામ વચ્ચેથી પસાર થવાના હતા. જ્યાંથી રથ પસાર થવાનો હતો તેના માર્ગમાં ૫૧ કમાનો ઊભી કરાઈ હતી અને ૫૧ દેશભક્તિના ગીતો વડે ભરપૂર દેશદાઝના વાતાવરણમાં સુભાષબાબુનું ભવ્ય સ્વાગત કર્યું હતું. નેતાજી જે ૫૧ બળદ જોડેલા રથમાં સવાર થયા હતા તે વાંસદા સ્ટેટના મહારાજા ઓલજી ઇંદ્રસિંહજી પ્રતાપસિંહજીએ નેતાજીના સ્વાગત માટે હાજર હતા. ૧૩ મી ફેબ્રુઆરીની સાંજે સુભાષ બાબુનું આગમન થવાનું હતું, બપોરે સુભાષચંદ્ર બારડોલી રેલવે સ્ટેશને આવી પહોંચ્યા હતા.

દર્શનાભિલાષી હજારો લોકોએ હાર તોરા, ગગનભેદી નારાથી પોતાના પ્રિય નેતાનું ભવ્ય સ્વાગત કર્યું હતું.. બારડોલી સ્વરાજ આશ્રમ ખાતે આરામ કરીને સુભાષબાબુ સ્વાગત સમિતિના અધ્યક્ષ દરબાર સાહેબ, સરદાર પટેલ, કાનજીભાઈ દેસાઈ ને જયરામ દોલતરામ સાથે હરિપુરા જવા ૫૧ બળદોના રથમાં બેસીને રવાના થયા હતા. તેમની સાથે તેમના વૃદ્ધ માતા પ્રભાવતી દેવી પણ રથમાં બેઠા હતા. સાંજે સરઘસ અધિવેશન સ્થળે પહોંચ્યું હતું બર્મીઝ સાધુઓએ વિશિષ્ટ ઢોલકા વગાડીને સુભાષચંદ્રનું સ્વાગત કર્યું હતું.. નેતાજી સીધા ગાંધીજીને મળવા તેમની કુટિરમાં ગયા હતા.

ગાંધીજીને સુભાષબાબુની કુટિરો નદી કિનારે અલગ જગાએ બનાવાઈ હતી. અધિવેશન સ્થળે બંગાળના ચિત્રકાર નંદલાલ બોઝ તથા ગુજરાતના રવિશંકર રાવળ અને કનુભાઈ દેસાઈએ ભવ્ય નયન રમ્ય ચિત્રો દોર્યા હતા. વાંસદાના મહારાજાએ ૧૦૦ ફૂટનો વાંસ રાષ્ટ્રધ્વજ માટે તૈયાર કરાવ્યો હતો પોલીસ વિના ૭,૦૦૦ સ્વયંસેવકો તથા ૪ હજાર કાર્યકરો સમગ્ર જવાબદારી સંભાળતા હતા. ગાંધીજીએ ગાયના દૂધનો આગ્રહ રાખ્યો હોવાથી ૫૦૦ ગામોની ગૌશાળા ઊભા કરાઈ હતી ને ગાયનું જ દૂધ-ઘી વાપરવાનું હતું. ભોજન શાકાહારી

હતું. સમગ્ર રસોઈ રવિશંકર મહારાજે સંભાળ્યું હતું. ૨૫ હજાર માણસો જમતા હતા. ઉપરાંત માત્ર છ પૈસામાં દાળ-ભાત-શાકના ભોજનની વ્યવસ્થા પણ હતી.

બે લાખ લોકો એકત્ર થયા હતા. જેમાં ૭૫ હજાર ટિકિટ લઈને આવતાં રૂ. ૫૬ હજારની આવક થઈ હતી. રૂ. ૧ લાખની ખાદી ને ગ્રામોદ્યોગની ચીજોનું ખાદી પ્રદર્શનમાં વેચાણ થયું હતું. ગાંધીજીએ અધિવેશનના ખર્ચ પેટે રૂ. ૫૦ હજાર ખર્ચવાની સંમતિ આપેલી પણ એ સાડા સાત લાખ રૂપિયા ખર્ચાયા હતા તેની સામે ગાંધીજીએ જાહેરમાં પોતાની નારાજગી પ્રગટ કરી હતી. જોકે ગાંધીજીની નારાજગીનો સરદાર પટેલે અધિવેશનના સમાપનમાં તેમના આભાર પ્રવચનમાં મુદ્દાસર રસપ્રદ જવાબ પણ આપ્યો હતો. આમ સુભાષબાબુના અધ્યક્ષસ્થાને ગુજરાતમાં મળેલું કોંગ્રેસનું ૫૧મુ અધિવેશન યાદગાર બની રહ્યું હતું. ગાંધીજીએ કહ્યું હતું કે બોઝ તો મારા 'સાહસિક પુત્ર' છે તો ૧૯૪૪માં બર્માથી છુપા રેડિયો સંદેશમાં સુભાષબાબુએ કહ્યું હતું કે, ગાંધીજી 'રાષ્ટ્રપિતા' છે.

૧૯૩૮ના હરિપુરા અધિવેશનમાં તેમણે કહ્યું હતું કે, "આવતાં અનેક વર્ષો સુધી મહાત્મા ગાંધીજી નો લાભ આપણા દેશને મળતો રહે તે માટે તેમના દીર્ધાયુ માટે પ્રાર્થના કરું છું."સુભાષના વિમાની અકસ્માતના સમાચાર સાંભળીનેમહાત્મા ગાંધીજી એ કહ્યું હતું કે, સ્વાતંત્ર્ય સંગ્રામના આ બહાદુર સેનાની સ્વતંત્રતા મળ્યા પહેલાં વિદાય લે તે હું કેમ માની શકું ? સ્વરાજ પ્રાપ્તિનો ધ્યેય હાંસલ કર્યા વિના તેઓ સાથી મિત્રોને છોડીને અનંતની યાત્રાએ ચાલી નીકળે તે વાત મારા ગળે ઉતરતી નથી. મારું મન કહે છે ને મારા હૃદયના ઊંડામણમાંથી અવાજ નીકળે છે કે નેતાજીનું મૃત્યું થયું નથી. તેઓ નક્કી કોઈ અજાણ્યા સ્થળે સંતાયા છે. ૧૯૪૪માં અમેરિકી પત્રકાર લુઈ ફિશર સાથે વાત કરતાં મહાત્મા ગાંધીજી એ નેતાજીને દેશભક્તોના પણ દેશભક્ત કહી નવાજ્યા હતા. નેતાજીનું યોગદાન અને પ્રભાવ એટલો મહાન હતો કે એવું કહેવામાં આવે છે કે જો તે સમયે નેતાજી ભારતમાં હોત તો કદાચ ભારત એક સંઘ રાષ્ટ્ર બન્યુ હોત અને ભારતનું વિભાજન થયું ન હોત. સ્વયં ગાંધીજીએ પણ આ વાતનો સ્વીકાર કર્યો હતો.

સંદર્ભ :લેખક મણિલાલ એમ પટેલ લેખ ઘટના અને ઘટન અને વિકિપીડિયા , વિવિધ અખબારી અહેવાલો

3

સરદાર વલ્લભભાઈ પટેલ

સરદાર વલ્લભભાઇ પટેલ કે જેઓને લોખંડી પુરુષ તરીકે ઓખવામાં આવે છે તેઓનો જન્મ ગુજરાતમાં નડિયાદના એક સામાન્ય ખેડુતના ઘરમાં 31મી ઓક્ટોમ્બર, 1875માં થયો હતો. તેમના માતા-પિતા ખુબ જ ધાર્મિક હતાં. વલ્લભભાઇએ તેમનું શિક્ષણ ગુજરાતીમાં જ લીધું હતું. ત્યાર બાદ તેઓ 1910માં વકીલાત માટે ઇગ્લેંડ ગયાં હતાં. 1913માં તેઓને વકીલની પદવી મળ્યા બાદ ભારત પાછ ફર્યા હતાં. ત્યાર બાદ તેઓ ગાંધીજીથી પ્રભાવીત થઈને આઝાદીની ચળવળ માટે તેમની સાથે જોડાઇ ગયા હતા

રાષ્ટ્રીય એકતા દિવસ ભારતમાં ૩૧ ઓક્ટોમ્બર ના રોજ ઉજવવામાં આવે છે. ૨૦૧૪માં ભારત સરકાર દ્વારા સરદાર પટેલ ની જન્મજયંતિના ઉપલક્ષમાં આ ઉજવણીની શરૂઆત કરવામાં આવી હતી. ભારત સરકારનું ગૃહ મંત્રાલય વિભાગ રાષ્ટ્રીય એકતા દિવસની ઉજવણી સંદર્ભે સત્તાવાર નિવેદનમાં જણાવે છે કે "રાષ્ટ્રીય એકતા દિવસ આપણા દેશની એકતા, અખંડિતતા અને સલામતી માટેના વાસ્તવિક અને સંભવિત જોખમોનો સામનો કરવા માટે આપણા રાષ્ટ્રની અંતર્નિહિત શક્તિ અને સ્થિતિસ્થાપકતાને પુન: પુષ્ટ કરવાનો અવસર પૂરો પાડશે.

આવો જરાક જાણીએ અને માણીએ સરદાર વલ્લભભાઇ પટેલ ની અમુક અજાણી અને જાણીતી વાતો , આ લેખ માહિતી આધારિત છે અને મેં વિવિધ લેખો ના લેખ અને અને તેના પુસ્તકો નો સંદર્ભ લઈને લખ્યો છે જેની નોંધ લેવા વિનંતી છે. તમામ માહિતી અને શબ્દો સંદર્ભ ના છે મારા એક પણ નથી જેનો સ્વીકાર કરશો એવી અપીલ છે .

લેખક રાજમોહન ગાંધીએ ભારતના પહેલા રાષ્ટ્રપતિ રાજેન્દ્રપ્રસાદને ટાંકીને લખ્યું છે: "આજે ભારત જે કંઈ પણ છે તેમાં સરદાર પટેલનું બહુ મોટું યોગદાન છે, તેમ છતાં આપણે તેમની ઉપેક્ષા કરીએ છીએ." એક તેમના બહુ જ જાણીતા પ્રશંગ ની વાત કરીએ તો બીબીસી ગુજરાતી સંવાદદાતા રેહાન ફઝલ ૧૫ ડિસેમ્બર ૨૦૧૯ ના પોતાના લેખ "સરદાર વલ્લભભાઈ પટેલ મૃત્યુના એક વર્ષ પહેલાંનો એ ગોઝારો અકસ્માત જેમાં તેઓ માંડ બચ્યા" માં જણાવે છે કે,

ઑલ ઇન્ડિયા રેડિયોએ તેના 29 માર્ચ, 1949ના રાતના 9 વાગ્યાના બુલેટિનમાં એવા સમાચાર આપ્યા કે સરદાર પટેલને દિલ્હીથી જયપુર લઈ જઈ રહેલા વિમાન સાથેનો સંપર્ક તૂટી ગયો છે.સરદાર પટેલ તેમનાં પુત્રી મણિબહેન, સચિવ વી. શંકર અને જોધપુરના મહારાજાને જયપુર લઈ જઈ રહેલું એ વિમાન દિલ્હીના પાલમ ઍરપોર્ટ પરથી સાંજે 5 વાગ્યાને 32 મિનિટે ઊડ્યું હતું.લગભગ 158 કિલોમિટરનું અંતર કાપવા માટે એક કલાકથી વધુ સમય થવાનો ન હતો.

વલ્લભભાઈ પટેલના હ્રદયની હાલતને ધ્યાનમાં લઈને વિમાન 3000 ફૂટથી ઉપર નહીં ઉડાડવાની સૂચના પાઇલટ ફ્લાઇટ લેફ્ટેનેન્ટ ભીમ રાવને આપવામાં આવી હતી. જોકે, ફ્લાઇંગ લાયસન્સ ધરાવતા જોધપુરના મહારાજાએ સાંજે છએક વાગ્યે સરદાર પટેલને જણાવ્યું હતું કે વિમાનનું એક ઍન્જિન કામ કરતું બંધ થઈ ગયું છે. એ સમયે વિમાનનો રેડિયો પણ બંધ થઈ ગયો હતો અને વિમાન બહુ ઝડપથી નીચે આવવા લાગ્યું હતું.

સરદાર પટેલના સચિવ તરીકે ફરજ બજાવી ચૂકેલા વી. શંકરે તેમની આત્મકથા 'રેમિનિસન્સ'માં લખ્યું છે: "પટેલના હ્રદય પર શું વીતી રહ્યું હશે એ તો હું ન કહી શકું, પણ તેમના પર કોઈ અસર થઈ

હોય એવું બહારથી જણાતું ન હતું. તેઓ, જાણે કે કંઈ થતું જ ન હોય તેમ, શાંતિથી બેઠા હતા."

છ વાગીને વીસ મિનિટે પાઇલટે તમામ પ્રવાસીઓને સીટ બેલ્ટ બાંધી લેવા જણાવ્યું હતું. તેની પાંચ મિનિટ પછી પાઇલટે વિમાનને જમીન પર ઉતારી દીધું હતું.

વિમાનના ઉતરાણની થોડી મિનિટોમાં જ ગામલોકો ત્યાં પહોંચી ગયા હતા. વિમાનમાં સરદાર પટેલ છે એવી તેમને ખબર પડી કે તરત જ ગામલોકોએ તેમના માટે પાણી અને દૂધ મંગાવ્યું હતું અને સરદાર તથા અન્ય લોકોને બેસવા માટે ખાટલા બિછાવ્યા હતા. રાતે 11 વાગ્યે નહેરુને સમાચાર આપવામાં આવ્યા હતા કે સરદાર પટેલ સલામત છે.

31 માર્ચે સરદાર પટેલ ફરી દિલ્હી પહોંચ્યા ત્યારે પાલમ ઍરપોર્ટ પર અનેક લોકોએ તેમનું સ્વાગત કર્યું હતું.

'પટેલ - અ લાઇફ' નામના પુસ્તકમાં ખુદ રાજમોહન ગાંધીએ લખ્યું છેઃ "આઝાદ ભારતના શાસનતંત્રને કાયદેસરતા પ્રદાન કરવામાં મહાત્મા ગાંધી, જવાહરલાલ નહેરુ અને સરદાર વલ્લભભાઈ પટેલની ત્રિમૂર્તિએ મહત્વની ભૂમિકા ભજવી હતી."

સરદાર પટેલ એક એવી વ્યક્તિ છે, જે પોતાના વિશે અને પોતાની જરૂરિયાતો બાબતે બહુ ઓછું જણાવે છે."સરદાર પટેલના એક વધુ જીવનકથાકાર પી. એન. ચોપડાએ તેમના પુસ્તક 'સરદાર ઑફ ઇન્ડિયા'માં રશિયન વડાપ્રધાન નિકોલાઈ બુલગાનિનને એવું કહેતા ટાંક્યા છે કે "તમારું ભારતીયોનું શું કહેવું! તમે રાજાઓને ખતમ કર્યા વિના રજવાડાંઓને વિખેરી નાખ્યાં." બુલગાનિન માનતા હતા કે સરદાર પટેલની આ સિદ્ધિ બિસ્માર્કની જર્મનીના એકીકરણની સિદ્ધિ કરતાં પણ મોટી હતી.

એક જમાનામાં ભારતીય સૈન્યના નાયબ વડા અને આસામ તથા જમ્મુ-કાશ્મીરના રાજ્યપાલ તરીકે ફરજ બજાવી ચૂકેલા એસ. કે. સિન્હાએ તેમની આત્મકથા 'ચેન્જિંગ ઇન્ડિયા - સ્ટ્રેઇટ ફ્રૉમ હાર્ટ'માં એક કિસ્સો નોંધ્યો છેઃ "એક વખત જનરલ કરિઅપ્પાને સંદેશો મળ્યો હતો કે સરદાર પટેલ તેમને તુરંત મળવા ઈચ્છે છે. કરિઅપ્પા એ સમયે કાશ્મીરમાં હતા. તેઓ તરત દિલ્હી આવ્યા અને પાલમ એરપોર્ટથી સીધા ઔરંગઝેબ રોડ પર આવેલા સરદાર પટેલના ઘરે પહોંચ્યા. હું

પણ તેમની સાથે હતો."

એસ. કે સિન્હા લખે છે: "હું વરંડામાં તેમની રાહ જોતો હતો. કરિઅપ્પા પાંચ મિનિટમાં બહાર આવ્યા પછી તેમણે મને કહ્યું હતું કે સરદાર પટેલે તેમને બહુ સામાન્ય સવાલ પૂછ્યો હતો કે આપણા હૈદરાબાદ ઓપરેશન દરમિયાન પાકિસ્તાન તરફથી કોઈ પ્રતિક્રિયા આવશે તો વધારાની કોઈ મદદ વિના તમે તેનો સામનો કરી શકશો? તેનો જવાબ કરિઅપ્પાએ એક જ શબ્દ 'હા'માં આપ્યો હતો અને એ બેઠક પૂરી થઈ ગઈ હતી."

એસ. કે. સિન્હા લખે છે: "વાસ્તવમાં એ સમયના ભારતીય સૈન્યના વડા જનરલ બૂચર કાશ્મીરની પરિસ્થિતિને જોતાં હૈદરાબાદમાં કોઈ કાર્યવાહી કરવાના પક્ષમાં ન હતા.""બીજી તરફ ઝીણા ધમકી આપતા હતા કે ભારત હૈદરાબાદમાં હસ્તક્ષેપ કરશે તો બધા મુસ્લિમ દેશો તેની સામે ઊભા થઈ જશે.""કરિઅપ્પા સાથેની બેઠક પછી તરત જ સરદારે હૈદરાબાદમાં ઓપરેશન હાથ ધરવાનો આદેશ આપ્યો હતો અને એક જ સપ્તાહમાં હૈદરાબાદ ભારતનું એક અંગ બની ગયું હતું." આવા તો અનેક કિસ્સા છે .સરદાર પટેલના શાસન દરમિયાન ભારતનું ક્ષેત્રફળ - પાકિસ્તાન અસ્તિત્વમાં આવ્યા છતાં - સમુદ્રગુપ્ત (ચોથી શતાબ્દી), અશોક (ઈસવી પૂર્વે 250 વર્ષ) અને અકબર(સોળમી શતાબ્દી)ના જમાનાના ભારતના ક્ષેત્રફળ કરતાં પણ વધુ હતું.

સરદાર પટેલની જીવનકથામાં રાજમોહન ગાંધીએ લખ્યું છે: "1928માં બારડોલીના ખેડૂત આંદોલનમાં સરદારની ભૂમિકા બાદ કૉંગ્રેસના ભૂતપૂર્વ અધ્યક્ષ મોતીલાલ નહેરુએ મહાત્મા ગાંધીને એક પત્રમાં લખ્યું હતું કે આ સમયના હીરો વલ્લભભાઈ છે તેમાં કોઈ શંકા નથી. આપણે તેમના માટે એક કામ કરી શકીએ કે તેમને કૉંગ્રેસના અધ્યક્ષ બનાવીએ. કોઈ કારણસર એવું ન થાય તો આપણી બીજી પસંદ જવાહરલાલ હોવા જોઈએ."

રાજમોહન ગાંધી લખે છે: "પટેલ વિરુદ્ધ નહેરુના વાદ-વિવાદમાં નહેરુની તરફેણમાં એવી દલીલો કરવામાં આવતી હતી કે નહેરુ કરતાં ઉંમરમાં સરદાર 14 વર્ષ મોટા છે, તેઓ યુવાવર્ગમાં નહેરુ જેટલા લોકપ્રિય નથી. નહેરુનો રંગ ગોરો હતો અને તેઓ દેખાવમાં આકર્ષક લાગતા હતા, જ્યારે સરદાર ગુજરાતી ખેડૂત પરિવારમાંથી આવતા

હતા અને થોડા ચૂપ રહેતા બળવાન પુરુષ લાગતા હતા.

"તેમને કાળી-ધોળી મૂછો હતા, જે બાદમાં તેમણે કઢાવી નાખી હતી. તેમના માથા પર નાના વાળ હતા. આંખોમાં થોડી રતાશ હતી અને ચહેરા પર થોડી કઠોરતા દેખાતી હતી."

નહેરુ અને પટેલે લગભગ એક જ સમયે પરદેશમાં વકીલાતનો અભ્યાસ કર્યો હતો, પણ એ દરમિયાન તેમની મુલાકાત થઈ હતી કે કેમ તેનો કોઈ રેકર્ડ મળતો નથી.

દુર્ગા દાસે તેમના પુસ્તક 'સરદાર પટેલ્સ કોરસ્પોન્ડન્સ'માં નોંધ્યું છે: "પટેલને અંગ્રેજી કપડાં એટલાં બધાં ગમતાં હતાં કે અમદાવાદમાં સારા ડ્રાઈ ક્લીનર્સ ન હોવાને કારણે તેઓ એ કપડાંને મુંબઈમાં ડ્રાઈ ક્લીન કરાવતા હતા."

એ પછી સરદાર ગાંધીજીના સ્વદેશી આંદોલનથી એટલા પ્રભાવિત થયા હતા કે તેમણે સર્વસાધારણ ભારતીય વસ્ત્રો પહેરવાનું શરૂ કરી દીધું હતું.

બ્રિજના ઉત્તમ ખેલાડી હોવા છતાં સરદાર પટેલ ગ્રામ્ય પરિવેશમાં મૂળિયાં ધરાવતા હોવાનો આભાસ આપતા હતા. તેમનામાં ખેડૂત જેવી જીદ, બરછટપણું અને દરિયાદિલી હતાં.

દુર્ગા દાસે લૉર્ડ માઉન્ટબેટનને એમ કહેતા ટાંક્યા છે કે "સરદાર પટેલ હંમેશા જમીન સાથે જોડાયેલા રહ્યા હતા,."

દુર્ગા દાસે સરદારનાં પુત્રી મણિબહેનને એવું કહેતાં ટાંક્યાં છે કે "સરદાર પટેલને 1941થી આંતરડાની તકલીફ શરૂ થઈ ગઈ હતી. તેમની બીમારીના અનુસંધાને માર્ચ-1948માં ડૉક્ટરોએ સરદારના સવારે ચાલવા જવા પર પણ પ્રતિબંધ લગાવ્યો હતો અને સરદારે લોકોને હળવામળવાનું પણ ઓછું કરી નાખ્યું હતું." 15 ડિસેમ્બર, 1950ના મળસ્કે ત્રણ વાગ્યે સરદારને હૃદયરોગનો હુમલો આવ્યો હતો અને તેઓ બેભાન થઈ ગયા હતા.

ચાર કલાક પછી તેઓ થોડા ભાનમાં આવ્યા ત્યારે તેમણે પાણી માગ્યું હતું. મણિબહેને તેમને મધ મેળવેલું ગંગાજળ ચમચીથી પિવડાવ્યું હતું. સવારે 9.37 વાગ્યે સરદારે અંતિમ શ્વાસ લીધા હતા. અંતિમ સંસ્કારના સમયે રાજેન્દ્ર પ્રસાદ, જવાહરલાલ નહેરુ અને સી. રાજગોપાલાચારી, એ ત્રણેયની આંખોમાં આંસુ હતાં. રાજાજી અને

રાજેન્દ્ર પ્રસાદે સરદારની ચિતાની પાસે ઊભા રહીને ભાષણ પણ કર્યાં હતાં.ડૉ. રાજેન્દ્ર પ્રસાદે કહ્યું હતું: "સરદારના શરીરને અગ્નિ બાળી તો રહ્યો છે, પણ તેમની પ્રસિદ્ધિને વિશ્વનો કોઈ અગ્નિ બાળી શકશે નહીં." આવા મહા માનવ ને વંદન.

સંદર્ભ : વિકિપીડિયા અને તમામ અખબારી અહેવાલો અને વિવિધ બ્લોગ ના વિચારો

4
શહીદ ભગતસિંહ

મિત્રો લાલા લજપતરાયના મૃત્યુનો બદલો લેવા અંગ્રેજ પોલીસ અધિકારી જે પી સાંડર્સની હત્યા કરવા બદલ 23 માર્ચ 1931ના રોજ ક્રાંતિકારીને ફાંસીની સજા આપવામાં આવી હતી. મોટાભાગના લોકો મહાત્મા ગાંધીની હત્યાના દિવસ 30 જાન્યુઆરીને શહીદ દિવસ તરીકે ઓળખે છે. જેની સાથે 23 માર્ચના દિવસે એક સાથે ત્રણ ક્રાંતિકારીઓને લાહોર સેંટ્રલ જેલ માં ફાંસી આપવા પર આ દિવસને પણ શહીદ દિવસ તરીકે માનવામાં આવે છે.. ત્યારથી આપણા દેશમાં આ દિવસને શહીદ દીન તરીકે ઉજવવાય છે. આ માહિતી આધારિત લેખ છે જેની નોંધ લેવા વિનંતી છે.

1919ની 13મી એપ્રિલે અમૃતસરના જલિયાંવાલા બાગમાં એકત્ર થયેલા સ્વતંત્રતા સેનાનીઓ પર જનરલ ડાયરે અંધાધૂંધ ગોળીબાર કર્યો એ ઘટનાની ભગતસિંહ ઉપર ઘેરી અસર થઈ અને ત્યારપછી તેમણે અભ્યાસ પણ છોડી દીધો અને સ્વતંત્રતા સંગ્રામમાં જોડાઈગયા.પંજાબી ઉપરાંત હિન્દી, અંગ્રેજી, ઉર્દૂ તેમજ બાંગ્લા ભાષાઓ પણ ભગતસિંહ જાણતા હતા. અંગ્રેજોના સકંજામાંથી દેશને સ્વતંત્ર કરાવવા માટે 'હિન્દુસ્તાન સોશિયાલિસ્ટ રિપબ્લિક એસોસિએશન' આયોજન અને અમલની વચ્ચે સમય મળે ત્યારે વાચન-લેખન પણ પુષ્કળ કરતા.

1929ની 8મી એપ્રિલે અંગ્રેજોની સેન્ટ્રલ એસેમ્બલીમાં બૉમ્બ ફેંક્યા પછી ભાગી જવાને બદલે પકડાઈ ગયા ત્યારથી 1931ની 23 માર્ચ સુધી તેઓ જેલમાં જ હતા અને એ દરમિયાન વિવિધ અખબાર-સામયિકમાં લેખ લખવા ઉપરાંત સાથીદારો અને પરિવાર સાથે પત્ર વ્યવહાર દ્વારા સંપર્કમાં રહેતા. આ પત્રો અને લેખો હજુ પણ યુવાનો માટે પ્રેરણાદાયીછે.

ભગતસિંહની એક ઈચ્છા હતી એકવાર સફાઈ કામદારના હાથે બનેલી રોટલી ખાવા પણ તેમની આ ઈચ્છા અધુરી રહી ગઈ.ફાંસીના સમયે ત્રણ ક્રાંતિકારીઓ હસતા આગળ વધ્યા અને એકબીજાને ગળે લગાવ્યા હતા.

આ ત્રણ ક્રાંતિકારીઓને દેશમાં દરેક લોકો ઓળખવા લાગ્યા હતા. આ ત્રણ ક્રાંતિકારીને ફાંસીની સજા થશે, તેનાથી લોકોમાં આક્રોશ દેખાવા લાગ્યો હતો. તેથી અંગ્રેજ સરકારને ડર હતો કે કોઈ મોટી ઘટના ન બની જાય તેથી તેમને રાતોરાત ફાંસી આપવામાં આવી હતી. ત્યાર બાદ આ વાત લોકોને જાણવા મળી હતી.

ફાંસી દરમ્યાન ત્રણ ક્રાંતિકારીઓની ઉંમર નાની હતી. ક્રાંતિકારી ભગતસિંહની વય 24, રાજગુરુની વય 23 અને સુખદેવ લગભગ 24 વર્ષના હતા. આટલી નાની ઉંમરમાં તેમણે બ્રિટિશ સરકારનો પાયો હલાવી નાખ્યો હતો. ત્રણ ક્રાંતિકારીઓએ 1928માં યોજના બનાવીને બ્રિટિશ પોલીસ અધિકારી જોન સૉંડર્સની ગોળી મારીને હત્યા કરી હતી. આ અધિકારીની હત્યા બાદ તેમણે બ્રિટિશ સરકાર વિરુદ્ધ આક્રોશ જતાવતા સેંટ્રલ એસેમ્બલીમાં બૉમ્બ ફેંક્યો હતો. ધ ટ્રિબ્યૂનનું પહેલા પાને, જેમાં ત્રણ ક્રાંતિકારીઓની સજાનો ઉલ્લેખ હતો.

ત્યારબાદ તેઓ ત્યાં જ ઊભા રહ્યા અને પત્રિકાઓ ફેંકતા રહ્યા. તેમનો ઈરાદો લોકોમાં જનભાવના પેદા કરવાનો હતો. લોકો કાબૂમાં રહે તે માટે બ્રિટિશ સરકારે લાહોરમાં ધારા 144 લાગુ કરી, જેથી લોકો ભેગા થઈને યોજના પૂર્ણ ન કરી શકે.

કહેવાય છે કે ફાંસી માફ કરવા માટે મોટા મોટા નેતાઓએ અપીલ કરી હતી. તત્કાલીન કૉંગ્રેસ અધ્યક્ષ પં. મદન મોહન માલવીયએ વાયસરોઈને સજા માફ કરવા માટે અપીલ કરી હતી, પરંતુ તે અપીલ

રદ કરવામાં આવી હતી. બ્રિટિશ સરકારને ડર હતો કે આવા જોશભર્યા ક્રાંતિકારીઓનું જીવિત રહેવું જોખમભર્યું છે. ભલે તે જેલમાં જ કેમ ન હોય, પરંતુ તે મુશ્કેલી ઊભી કરી શકે છે તેથી તેમને ફાંસી આપવાનો નિર્ણય લેવામાં આવ્યો.

રાજનેતા અને લેખક એમ એસ ગિલની બુક Trials that Changed History મુજબ સ્પેશિયલ ટ્રિબ્યુનલ કોર્ટે 7 ઓક્ટોબર 1930ના દિવસે IPC ધારા 121 અને 302 તથા એક્સપ્લોસિવ સબસ્ટેંસ એક્ટ 1908ની ધારા 4(બી) અને 6(એફ) હેઠળ ક્રાંતિકારી ભગતસિંહ, રાજગુરુ અને સુખદેવની ફાંસીની સજાનું એલાન કર્યું હતું. ત્યારબાદ હજારોની સંખ્યામાં લોકોએ ફાંસી રોકવા માટે સિગ્નેચર અભિયાન ચલાવીને વાઈસરોયને મોકલીને ફાંસીની સજા રોકવા માટે અપીલ કરી હતી, પરંતુ અંગ્રેજ સરકારને તેનાથી કોઈ ફરક પડ્યો નહોતો.

ફાંસી પહેલા ભગતસિંહે એક પત્ર લખ્યો હતો, જેમાં આઝાદીનું મૂલ્ય સમજાવતા દેશના યુવાઓને આંદોલનનો ભાગ બનવા માટે કહ્યું હતું. ઉર્દૂમાં લખવામાં આવેલ આ પત્રમાં લખવામાં આવ્યું છે કે "જીવવાની ઈચ્છા મને પણ હોવી જોઈએ, હું તેને છુપાવા ઈચ્છતો નતી. આજે એક શરત પર જીવિત છું. હવે હું કેદ થઈને જીવવા ઈચ્છતો નથી. મારું નામ હિન્દુસ્તાની ક્રાંતિનું પ્રતિક બની ચૂક્યું છે. ક્રાંતિકારી દળોના આદર્શ અને કુરબાનીઓએ મને ખૂબ જ ઉંચું પદ આપ્યું છે, એટલુ ઉંચું કે જીવિત રહેવાની સ્થિતિમાં તે કદાચ ક્યારેય ન થઈ શકે. આજે મારી નબળાઈઓ જનતા સામે આવી નથી. પરંતુ જો ફાંસીથી બચી ગયો તો તે જાહેર થઈ જશે અને ક્રાંતિનુ પ્રતિક ફિક્કુ થઈ જશે. એવું પણ થઈ શકે છે કે તે દૂર પણ થઈ જાય. મારા હસતા હસતા ફાંસી પર ચઢવા પર દેશની માતાઓ પોતાના બાળકોને ભગતસિંહ થવાની આશા કરશે. જેથી આઝાદી માટે કુરબાની આપનારની યાદી એટલી વધશે કે ક્રાંતિને રોકવી અશક્ય થઈ જશે."

કે 1 વર્ષ અને 350 દિવસ જેલમાં હોવા છતાં ભગતસિંહ ખૂબ ખુશ હતા તમને જાણીને આશ્ચર્ય થશે, તેઓ ખુશ હતા કે તેઓ દેશ માટે બલિદાન આપી રહ્યા છે. જ્યારે ત્રણેયને ફાંસી આપવાનો નિર્ણય કરવામાં આવ્યો ત્યારે જેલના તમામ કેદીઓ રડતા હતા. આ દિવસે

ભગતસિંહની સાથે રાજગુરુ અને સુખદેવને પણ ફાંસી આપવામાં આવી હતી.

જ્યારે તેમને ફાંસી આપવાની હતી, ત્યારે તે લેનિનનું જીવનચરિત્ર વાંચી રહ્યા હતા. જેલમાં રહેલા પોલીસકર્મીઓએ તેને કહ્યું કે તેની ફાંસીનો સમય આવી ગયો છે. ભગતસિંહે કહ્યું, 'પ્રતીક્ષા કરો, પ્રથમ એક ક્રાંતિકારીને બીજા ક્રાંતિકારી સાથે મળવા દો'. આગલી એક મિનિટ માટે પુસ્તક વાંચ્યું. પછી તેમણે પુસ્તક બંધ કર્યું અને છત તરફ ફેંકી અને કહ્યું, 'ઠીક છે, હવે ચાલો.' એક તરફ ભગતસિંહ ખુશ હતા, તો બીજી તરફ દેશમાં દેખાવો થયા હતા. ભગતસિંહને પુસ્તકો વાંચવાનો ખૂબ શોખ હતો. તેના પુસ્તકો વિશેનું ગાંડપણ આશ્ચર્યજનક છે. તે જીવનના છેલ્લા સમય સુધી નવા પુસ્તકો વાંચતો રહ્યો. જ્યારે પણ પુસ્તકો વાંચતા, તેઓ સાથે કંઇક લખીને નોંધ બનાવતા. જેલમાં હતા ત્યારે તેમણે ઘણા પુસ્તકો વાંચ્યા. બ્રિટિશ સરકાર દિલ્હીની વિધાનસભામાં 'જાહેર સલામતી બિલ' અને 'વેપાર વિવાદ વિધેયક' પસાર કરવા જઇ રહી હતી. આ બંને બીલ એવા હતા કે જેનાથી ભારતીયો પર બ્રિટીશરોનું દબાણ વધુ વધી જાય.

આમ બ્રિટિશરોને જ ફાયદો થવાનો હતો. આની સાથે, ક્રાંતિના અવાજને ખૂબ હદ સુધી દબાવવાનું શક્ય બન્યું હોત. બ્રિટીશ સરકાર આ બંને બીલ પાસ કરાવવા માટે ખૂબ જ પ્રયાસ કરી રહી હતી. તેઓ વહેલી તકે તેનો અમલ કરવા માગતા હતા.

લાહોરમાં મોટી સંખ્યામાં લોકો એકઠા થવા લાગ્યા હતા. બ્રિટિશ લોકો જાણતા હતા કે ત્રણેયની ફાંસીના અમલ દરમિયાન ઉગ્ર પ્રદર્શન કરવામાં આવશે, જેને રોકવા માટે લશ્કર મૂકવામાં આવ્યું હતું. તેથી ભગતસિંહ અને તેના બે સાથીઓને નિર્ધારિત દિવસના એક દિવસ પહેલા ફાંસી આપવામાં આવી હતી.

24 માર્ચના રોજ ત્રણેયને ફાંસી આપવાનો દિવસ નક્કી કરવામાં આવ્યો હતો. પરંતુ ફાંસી એક દિવસ પહેલા જ આપવામાં આવી હતી. તેમના મૃતદેહને સતલજ નદીના કાંઠે ગુપ્ત રીતે લઇ જવામાં આવ્યા હતા.

ફાંસીની કાર્યવાહી યોગ્ય સમયે થવાની હતી, તેથી અમલની આખી પ્રક્રિયા ગુપ્ત રાખવામાં આવી હતી. આ સમય દરમિયાન, ખૂબ

ઓછા લોકો સામેલ થયા હતા. તેમાંથી યુરોપના ડેપ્યુટી કમિશનર પણ હતા. જીતેન્દર સન્યાલ દ્વારા લખાયેલ પુસ્તક 'ભગતસિંઘ' અનુસાર, ફાંસી પર ચઢતા પહેલા, ભગતસિંહે ડેપ્યુટી કમિશનર તરફ જોયું અને હસતા હસતા બોલ્યા, 'શ્રી મેજિસ્ટ્રેટ, તમે ખૂબ ભાગ્યશાળી છો કે તમને આ સૌભાગ્ય મળી રહ્યું છે. તે જોવા માટે કે ભારતના ક્રાંતિકારી તેમના આદર્શો માટે ફાંસી પર કેવી રીતે ઝૂલતા હોય છે". ત્રણ એવા વીર છે જેઓ ક્યારેય બ્રિટીશરો સામે ઘૂંટણીયે બેઠા નથી. તેઓએ અસાધારણ ભૂમિકા નિભાવતા ભારતને આઝાદી અપાવવા માટે મહત્વની ભૂમિકા ભજવી હતી. તેઓએ ભારતને આઝાદ કરવા દરેક શક્ય વસ્તુ અજમાવી જોઇ હતી.. તેમની દેશભક્તિની ભાવના અને લડાકુ વલણને કારણે, તે આજે પણ ભારતનાં યુવાનો માટે પ્રેરણારૂપ સ્રોત માનવામાં આવે છે.

સંદર્ભ : વિવિધ અખબારી અહેવાલો અને વિકિપીડિયા

5

શ્રી કાન્તિ પ્રસાદ ચંદ્રશંકર અંતાણી.

માં તમારો પુત્ર હિરો છે. હિરો તમારી કુખે હિરાને જન્મ આપ્યો છે. આ શબ્દો બોલનાક હતા ભારતના શ્રેષ્ઠ માનવી મહાત્મા ગાંધી. ૧૯૨૫ માં કચ્છની મુલાકાત વખતે તેમણે શ્રી કાન્તિ પ્રસાદ અંતાણી વિશે તેમના માતૃ શ્રી ચંચલ બહેનને ઉપરના શબ્દો કહ્યા હતા માત્ર ૨૩ મે વર્ષે આ અંજલી કાન્તિ પ્રસાદને મળી ગઇ આ જ પ્રકારના શબ્દો કચ્છના મહારાવ શ્રી વિજયરાજજીએ પણ ઉચ્ચાર્યા હતા.

કાંન્તિ પ્રસાદ અંતાણીનુ જીવન હેક સતત કર્મયોગીનુ દર્શન હતુ. યુવાવસ્થાથી કચ્છ માટે તેઓ સતત ધસાયા તેના વિકાસ માટે યા દદી દુર કરવા પગે, ગાંડા યા ઉટ જેવા પ્રાથમીક સાધનોથી કે મોટર થી દોડયા. સતત કચ્છનુ વાહેર જીવન નૈતિક મૂલ્યોથી સભર બને તે માટે " કચ્છલોક સેવા સંઘ " જેવી સંસ્થા સ્થાપી નૈતિક મુલ્યો ધરાવનાર જાહેર સમાજ સેવકો ઉભા કરવાનુ સ્વપ્ન તેમને સાકાર કરવાનો પ્રયત્ન કર્યો.. નવનિર્માણનો પવન ફુકાયો ત્યારે કચ્છનુ નવનિર્માણ કેમ કરવુ તેનુ આયોજન સખત મહેનત પુર્વક તેઓએ કર્યુ તત્કાલીન ડહોળાયેલા અને ભ્રષ્ટ રાજકારણમાં નિષ્કામ નિર્મલ િનડર સાદા રાજકારણી તરીકે બધાને દીવાદાંડી રૂપ બની રહ્યા અને માર્ગદર્શન પુરુ પાડયુ અને તેઓ કર્મયોગી અને કર્મવિર રહ્યા.

આ કર્મયોગી શ્રી કાન્તિ પ્રસાદનો જન્મ કચ્છના પાટનગર ભુજમાં તા, ૧૯ મી નવેમ્બર, ૧૯૦૨માં થયો તેમને ગળથુંથીમાં કર્મયોગ અને નિડરતાનો વારસો મળયો હતો. તેમના પરદાદીને તેના પતિએ ઘરમાથી કાઢી મુકયા હતા. અને ભરણ પોષણ માટે પૈસા આપતા ન હતા. ત્યારે તેમને કચ્છના રાવદેશળજીનો રથ પકડી ન્યાય માંગેલો તે જમાનામા આ અસાધારણ હિમત ગણાયેલી. તેના પુત્રો શ્રી દયારામ અંતાણીએ ૧૮પ૭ના સંગ્રામમાં કચ્છ વતી ભાગ લીઘેલો કાન્તિ પ્રસાદના પિતા ખુબ કડક વહીવટ દાર હતા. રાજા કે જાગીરદારો સામે જયારે જગડવુ પડયુ ત્યારે નિડરતા પુર્વક તુમણે કામ લીઘેલુ માતા ખુબ ધાર્મિક સ્વભાવના, કુટુંબ પ્રેમી તથા નિડર હતા. ગાંધીજીને જયારે તેઓ મળયા અને ચરણસ્પાર્શ કર્યો ત્યારે ગાંધીજીએ કહયુ કે "હવે તમે નહાસો? હુ તો હરિજનનો માણસ છુ." ત્યારે ખુબ જ શાંન્તિ અને સ્વસ્થતાથી જવાબ આપેલો "હા અંદર જઇને માથાબોળ નાઇશ આપ જેવા પુજય સંતના ચરણથી હુ ખુબ પાવન થઇ છુ. સાથે મારો વૈદિક ધર્મ પણ પાડવો રહયો હુ બન્ને કરીશ" નિડર જવાબ હતો.ગાંધીજીએ પણ તેમનો જવાબ આદર પુર્વક સ્વિકાર્યો તેઓ ઇચ્છ મૃત્યુને વર્યા હતા. "દેવશય્યા અગિયાસના મરીશ" એવુ કહેલુ અને ત્યારે જ તે મરેલા આવા નિડર અને વહીવટ કુશળ કુટુંબમા; કાન્તિ પ્રસાદનો જન્મ થયો.

છ માસ થયા હશે ત્યારે પિતાની બદલી માંડવી તાલુકામાં સાંભરાઈ ગામે થઈ. તે સમયે મુસાફરી ગાડામાં થતી. ગાડામાં પતિ-પત્ની અને આ બાળક જતા હતા રસ્તા પણ બરાબર હતો ગાડું સરળતાથી જતુ હતુ છતા. અચાનક, કોઈ કારણ ન હોવા છતા, બાળ-કાંતિપ્રસાદ પિતાના ખોળામાંથી ઉછળી રસ્તાની બાજુના ખાડામાં પડયા. માતા-પિતા ગભરાઈ ગયાં. ગાડું ઉભું રખાવી નિરાશ રદ્યે દોડયાં. છ માસનુ કુંમળુ બાળક અને પથરાળું રસ્તા પર પડી બચે તેવી જરા પણ આશા ન હતી પણ કુદરત તેને જીવાડવા માગતી હતી. ભવિષયમાં તેની પાસે ઘણું કામ લેવું હતું જોયુ તો બાળક ખાડામાં ખિલખિલાટ હસ્તુ હતું તેઓ અદભુત રીતે બચી ગયા.

કાંતિપ્રસાદ નુ બાળક વિવિધ ગામડાઓ માં વિત્યુ પિતાની બદલી વારંવાર થતી હતી ગુંખાળા વાગડ, વગેરે સ્થળો તેઓ ગયા આ

સાંથળો એ તેમણે પ્રાથમિક શિક્ષણ લિધુ આ વખતે ગામડાઓ જાગીર દારી પધ્ધતિમાં રચાયેલા હતા તેની અસરો ગ્રામ્ય જનો પર પુરી હતી જાગીરદારો નો ઠઠારો. જાગીર નો ઠઠારો. અમલદારોનો વસ્તીનો માનસિક રીતે પછાત પણુ આબધાની છાપ અદશ્ય રીતે તેમના પર પડતી રહી.જાગીરદારોની. ખટપટ, તેમના પિતાની કસોટીઓ વહીવટ દશા રહેણી કહેણી આ બધુ તેમને જોવા મળ્યું

વાંઢિયા ગામે પ્રાથમિક શિક્ષણ પુરૂ કર્યો અંગ્રેજી શિક્ષણ માટે ભુજ આવ્યા દાદા સાથે રહયા તેમના મૃત્યુ બાદ કાકા સાથે રહયા. એકાદ શાળા બદલી શાળાની કારકેદી જરાપણ તેજસ્વી ન હતી હા, તો.ફાનોમાં અગ્રળી હતા કાકાની બદલી થતા માંડવી ગયા ત્યા જી.ટી હાઈસ્કુલમા પણ અભ્યાસની દ્રસ્ટીએ સામાન્ય જીવન પસાર કરતા હતા.

પરંતુ જાહેર જીવન માં ભાગ લેવાનુ સરૂઆત જી.ટી શાળા માથી થઈ એવુ કહીશકાય ત્યા તેમણે મહેનત કરી વિધાથી એસોશિએસન સ્થાપ્યુ કચ્છના ઈતિહાસમાં આ પ્રથમ વિધાથી એસોશિએસન હતું વિધાથી ઓ ને જાગૃત કરવાના તેમણે પ્રયત્નો કર્યા એનો પરિણામ એ આવ્યુ કે શાળા ના આચાર્યા ની નજરમા આવી ગયા આચાર્યા એ તેમને ધમકી આપી અને બન્ને વચ્ચે બોલચાલ થતા કાંતિપ્રાસદએ હમેશ માટે શાળા છોડી અને માંડવી થી ભુજ ચાલ્યા આવ્યા ઉસ્કેરાટ એવો હતો કે તે અને તેના મિત્ર માંથી ભુજ ૩ ક માઈલ પગે જ આવ્યા આ પ્રસંગથી તેમનુ શાળા પુરૂ થયુ. આ વખતે તેઓ ૧૭ વર્ષના હતા.

આ સમય દરમ્યાન (૧૯૧૯) તેઓ ભારતીય સ્વાતંત્રય ચળવળ પ્રત્યે આકર્ષાયા પ્રથમ પગલારૂપે તેમણે સ્વદેશી વસ્ત્રો પહેરવાનુ વ્રત લીધું શિક્ષકની નોકરી સ્વિકારી પણ તેમણે મુખ્ય કાર્ય કર્યુ લોક સંર્પક વધાકવાનુ કચ્છમા થતા વિવિધ મેળાઓમાં જઇ તત્કાલીન રાષ્ટ્રિય નેતાઓની છબીઓ વહેચી લોક સંર્પક વધાયૌ કચ્છ સેવા સમાજની પ્રકૃતિઓ માટે વિસ્તૃત પ્રવાસ કર્યા. શાળામાં તેના બદલે જૈન મુની જય વિજયજી છોકરાઓને ભણાવતા અને તેઓ લોક સંર્પક તથા લોક જાગૃતિની પ્રવૃતિઓ કરે પણ ખબર પડતા છેવટે નોકરી છોડવી પડી.

૧૯૨૧માં કૉંગ્રેસની પ્રવૃતિ શરૂ કરી કાઠીયાવાડ રાજકીય પરિષદમા પણ ભાગ લીધો. નેતાઓનુ પરિચય કર્યો જીલ્લાની સીંધને બદલે ગુજરાત કૉંગ્રેસમા મુકાય તેમાટે પ્રવૃતિઓ કરી. તેઓ કૉંગ્રસના આજીવન કાર્યકર બન્યા.

આ દરમ્યાન વિવિધ નોકરીઓ ચાલુ હતી તુણામાં પાછ શિક્ષક તરીકે જોડાયા અને નોકરીની ગુલામી ત્કયારે તેમણે સ્વિકારી નોતી. તેને ભરણ પોષણના સાધનો તરીકે માત્ર સ્વિકાર્યુ છે. પણ જયારે સ્વમાન ભંગ ઉભો થવાનો પ્રસંગ થયો છે, ત્યારે તેને એક ઝાટકે છોડી દીધી છે. તુણાની શાળાના ટ્રષ્ટીના મુનીમે ટોણો માર્યો "કાંતિપ્રસાદ તમે નોકર છો તે ખ્યાલ રાખજો" અને તે જ પળે તેમણે નોકરી છોડી અને વળતી ગાડીએ અંજાર ચાલયા આવયા પાછળથી ટ્રષ્ટીએ સમજાવ્યા ત્યારે દ્રઢ જવાપ આપ્યો : શેઠ માણસે જીવનમા કા માયા વિસ્તારતા શીખવુ અથવા શંકેલી લેવી તે હું શંકેલી લઉ છુ. ટ્રષ્ટીની વિનતી ભરી સમજાવટ છતાય તે ન જોડાયા.

કૉંગ્રેસની પ્રવૃતિઓ અને નેતાઓ સાથે સંર્પક ચાલુ હતો. વિવિધ અને વિસ્તૃત પ્રયાસો પણ કરતા હતા. વલ્લભ ભાઇ સાથે તેમનો સંર્પક થયો. ત્યાર સુધી તેમને કૉંગ્રેસનુ વેતન મળતુ હતુ તે છોડી સરદાર પટેલ સમક્ષ ૪ જીવન વ્રતો લીધા : (૧). પ્રલોભન કે મુશ્કેલીમાં કચ્છ ન છોડવુ. (૨). સરકારી કે રાજયની નોકરીમાં ન રહેવુ. (૩). યોગક્ષેમ માટે નોકરી કરવી (૪). કૉંગ્રેસને વફાદાર રહેવુ. માત્ર ૧૮ વર્ષની નાની વયમાં જયારે સામાન્ય રીતે યુવક ભવિષ્યના મનોરમ્ય સપના સેવતો હોય ત્યારે આ કચ્છના સેવાના કઠોર અને અસીધારી વ્રતો તેમણે સ્વિકાર્યા આવેસમા આવી કે સરદારને ખુશ કરવા આ વ્રતો તેમણે ન લીધા પણ ચિંતન બાદ તે લીધા હતા. આ વ્રત તેમણે અંત સુધી પાળયા છ. કયારે કચ્છ છોડયુ નથી તે માટે M.L.A./M.P નુ પદ મળયુ છતા તે ન સ્વિકાર્યુ હંમેશા ખાનગી નોકરી કરી છે. છેલ્લે સુધી કૉંગ્રેસને નિવૃત હોવા છતા વફાદાર રહયા

કોઇ વ્યકિત જીવનવ્રત લે કે તેના પ્રલોભનો કે કસોટી નડે જ કાંતિ પ્રસાદ તેનાથી બાકાદ ન રહયા. આ દરમ્યાન તેઓ જાણીતા નેતા બની ગયા સરદાર ઉપરાંત મોતીલાલ નહેરુ, c.r.dash, માવડકર ઇન્દુલાલા યાજ્ઞીક અને મહેર અલી જેવા વિખ્યાત નેતાઓ સાથે

સંપર્ક પુરતો થયો હતો એટલે કચ્છના મહારાવની નજરમાં આવી ચુકયા હતા. મહારાવ સાથે સંઘર્ષ થવા છતા સંબધ મીઠા હતા. મહારાવને થયુ કે આ માણસને રાજયની નોકરી માં લઇ લસધો હોય તો તેની શકિતનો લાભ મળે અને તે હાંત થઇ જાય તેથી તેણે તેના પિતાની જગ્યાએ નિમાવવાનુ નકકી કર્યુ. હોદાવાળી જગ્યા હતી માન મરતબો પણ રહે તેમ હતુ. રાવે દિવાન દ્વારા આડકતરી રીતે તેમને કહેણ મોકલ્યુ કાંતિપ્રસાદે વિચારવામા પડી ગયા. એક બાજુ મહારાવની સુચના તો બીજી બાજુ વ્રત છેવટે તેઓ મહારાવને રુબરુ મળવા ગયા અને તેમને સુચના મોકલી હતી. કે એ મતલબનુ પુછયુ મહારવે હા પાડી કાંતિપ્રસાદે કહયુ "બાવા(કચ્છના રાવ માટે માન સુચક શબ્દ કચ્છીમાં), આપ મારી એક વાત સાભળો અને સમજો અને જવાબ આપો તો નોકરી સ્વિકારુ" મહારાવે રજા આપી તેમણે વ્રતની વાત કરી મહારાવ ઉંડા વિચારમાં પડી ગયા મહારાવ પણ ઉંચા કુળના ઈંસાન હતા તેપણ મુઝાઇ ગયા. કચ્છના રાજાઓનો શિરસ્તો હતો કે જાહેરમા પાઘડી પહેરી રાખવી અને પછી ભલે સામે એક જ વ્યકિત હોય રાવે મુઝવણમાં તે ભુલી ફેંટો ઉતારી માથુ ખંજવાળીયુ. ઘણી વારે તેમણે જવાબ આપ્યો "કાંતિપ્રસાદ હું ઇચ્છુ છુ કે તમે તમારુ વ્રત ન તોડો પણ તમને હુ એક વધુ વ્રત આપુ છુ" કાંતિપ્રસાદ ખુશ થયા. બોલો મહારાવે કહયુ તમે રાજય પ્રત્યે ઇમાનથી વર્તજો કાંતિપ્રસાદે તે વિજયથી સ્વિકાર્ય પણ સિફત થી તેઓ કસોટી માથી બચી ગયા બીજા નેતાઓ પાછળ થી એક પછી એક રાજયને પદ સ્વિકારતા આવ્યા ત્યારે આવા પ્રલોભનો વચ્ચે કાંતિપ્રસાદ અડગ રહયા હતા.

કચ્છ ધીમે ધીમે જાગૃત થયુ હતુ કાળ પોતાની કરવટ બદલતો હતો. આ વખતે ભારતમાં મહાત્મા ગાંધી વિખ્યાત બની ગયા હતા. તેમને કચ્છમા આમંત્રણ આપવુ એવુ વિચાર્યુ મહારાવ ખેંગારજીની સલાહ પુંછાઇ. મહારાવને ગાંધીજી આવે તે પસંદ ન હતુ. પણ તે ના ન પાડી શકયા જુદા જુદા બહાના કાઢયા પણ છેવટે સહમત થયા કારણ કે ગાંધીજીને પુછતા તેઓ મહારાજની અનુકુળતાએ આવવા તૈયાર થયા હતા ગાંધીજી આવે તે મહારાવને આંતરીક રીતે ન ગમે તેથી ગાંધીજી આમત્રણ આપવા કોઇ તૈયાર ન થયા મહારાવનો આડકતરો ખોફ

વહોરવો પડે છેવટે કાંતિપ્રસાદે તે જવાબદારી સ્વિકારી અને પ્રથમ તેઓ મુંબઇ ગયા અને તેમને મળયા પછી બિહાર ગયા અને આમત્રણ સિવકાર્યું

મહાત્માજી આવવા તૈયાર થયા તેમના સ્વાગતની તૈયારીઓ થઇ તેમા અગ્રણ્ય કાંતિપ્રસાદ રહયા. અહી સુધી બધી તૈયારીઓમા તેઓ રહયા મહાત્માજી આવ્યા તેમને ઘણી મુશ્કેલીઓ નડી હરીજનોના પ્રષ્નોને માનસિક રીતે સહન કરવુ પડયુ આ વખતે રાત દિવસકાંતિપ્રસાદ તેમની સેવામા ખડે પગે ઉભા રહયા. ગાધીજી પણ આ યુવકની પ્રતિભા અને સેવા વૃતિ જોઇ ખુશ થયા વલ્લભભાઇ પણ તેમની સલાહ મુજબ વર્તતા કચ્છનો પ્રવાસ પુરો કરી ગાંધીજી જામનગર જવા ઉપડયા સર્વે આગેવાનો તેમને મુકવા તુણા બંદરે ગયા ગાંધીજીએ કાંતિપ્રસાદને અંગત ચર્ચા માટે પોતની સાથે લીધા અને જામનગર થી રાજકોટ પ્રવાસમાં તેમની સાથે કચ્છની સમસ્યાઓની ચર્ચા કરી તેમનાથી છુટા પડતી વખતે ઇસ્વર તમારુ ભલુ કરે તેવા ઉમળકાથી મસ્તક પર હાથ મુકી આર્શિવાદ આપ્યા.કાંતિપ્રસાદના જીજનમા આ ધન્ય ઘડી હતી. પોતે જેને આદર્શ માનવી માન્યા તા તેમના અને વલ્લભભાઇના સાનિધ્યમાં તેમને પુરતુ બળ મળયુ બન્ને તેની કદર કરી મહાદેવભાઇએ પણ તેમની ડાયરીમાં તેમનો ઉલ્લેખ કર્યા છે.

આ પણ સિધ્ધિ પાછળ મુશ્કેલી હતી તે વખતનો સમાજ તદન જુનવાળી કાંતિપ્રસાદ અને બીજા ચાર જણ હરીજનોનો સાથે બેસે એ નાગર જ્ઞાતિના વડીલો (?) થી સહન ન થયુ. પરીણામે એ પાંચ ને નાત બહાર કર્યા. આજે આ બાબતને જરા મહત્ત્વ ન લાગે પણ તે વખતે મોટો બનાવ હતો અલબત આ મસ્તરામોને તેની જરા પણ ન હોતી પડી.પણ તે કોટુમ્બીક અને સામાજીક મુશ્કેલી ખુબ સહન કરવી પડી.પાછળથી નાગર જ્ઞાતી શરમાઇ જો કે તેને વીધીસર જ્ઞાતિમાં દાખલ ન કર્યા પણ સામાજીક વ્યવહારો પુર્વવ્રત ચાલુ કરી દીધા હતા.આ લોકોને તેનીય નો હતી પડી.

કાર્યોની ખોટ ન હતી ગાંધીજી વિદાય થયા કચ્છમાં જાગૃતિ લાવવા કચ્છી પ્રજાકીય પરિષદ સ્થપાઇ તેના કચ્છમાં સ્થાપક કાંતિપ્રસાદ રહેયા એ પ્રવૃતિ ચાલતિ હતિ ત્યા ગુજરાત અને કચ્છ ના

વાગડ તાલુકામાં અતિવૃષ્ટિની આફત આવી કાંતિપ્રસાદ શાંતિ થી બે રહે તેવા ન હતા તત્કાળક ત્યા પહોચી ગયા માત્ર ઘોડા નુ ડોકુ પણી બહાર રહે તેટલા પુરમા તે કામ કરતા અને આજોડ મદદ પહોચાડી તેની સાથે રહેલા અમદાવાદ ના શ્રી (સ્વ) વ્રજલાલ દવેએ આ કાર્યને મુનસિના ગુજરાત મા સરસ બિરદાવ્યુ છે. તે કાંતિપ્રસાદનુ વર્ણન કરતા કહે છે.

" છેવટે હેવાલ પુરો કરતા અમારી સાથે દિવસ રાત આખડનારા ભાઈ અંતાણી વિષે ઉલ્લેખ કર્યા વિના રહેવાતુ નથી એ લઠ ત્રેવીસ વર્ષનો જુવાન કાંતિપ્રસાદ આટલી નાની ઉમરે વાગડના અરે સારાયે કચ્છના એક એક ખેડુતનો જાણે નિકટનો સાથી થઈ પડયો છે. સૌ દુનિયા તેની પાસે રદય ઠાલવે છે. આ અતિવૃષ્ટિની હોનારતના સમાચાર સાંભળી ભાઈ અંતાણીએ સૌથી પ્રથમ વાગડનો પ્રવાસ શરૂ કરેલો. આ દિવસોમાં દિવસના ચાલીસ ગાઉની મંજલ ઘોડા પર બેસી કરી છે. અમે પહોચ્યા ત્યારે અંતાણી ગામડામાં હતા. અમારા આવ્યાના સમાચાર સાંભળતાજ તે ૩૦ ગાઉએ થી ઘોડો દોડાવી અમને મળ્યા. સિંતેર ગામોની હાલાત કહી હેક કલાક પુરો ન થયો ત્યા અમે કહયુ કે આપણને અત્યારે જ રાપર જવુ છે. કાંતિપ્રસાદને ખુબ થાકડો લાગ્યો હતો. આ પહેલા રાત દિવસ ઘોડા પર મુસાફરી કરી હતી. છતા તે ચાલી નિકળયા પાછી ૧૨ ગાઉની મંજલ રાતેરાત કરવાનુ બડુ મને ઝડપ્યુ ભાઇ અંતાણી સાથે આટલા દિવસો રહયા પછી પછી અમને કહયુ કે સેવા ભાવના કામ કરવાની રીત આપણે દરેક યુવાનને એની પાસેથી શીખવવુ જોઇએ. દરેક પ્રસંગે કાંતિપ્રસાદની કર્મઠઠા ઝળકી ઉઠી છે. તેનુ આ ઉદાહરણ છે.

અતિવૃષ્ટિ પુરી ન થઇ ત્યા પગ ચેલાયો તબીયત થાકી હતી. છતા ત્યા પહોચ્યા ૪-૫ માસ પગ રીલીફની કારગીરી સંભાળી આ દરમ્યાન કચ્છી પરિષદની કારગીરી તો ચાલુ જ હતી ગાંધીજીએ તેમને કચ્છની સમસ્યાઓની યાદી કરવા જણાવેલ તેથી તેમને કચ્છની સમસ્યાને નાની પુસ્તિકા બહાર પાડી ગાંધીજીએ તેની પ્રસંસા કરી. અને તેની સમસ્યનો ઉકેલ કચ્છની પ્રજા જ કરી શકે તેવુ કહી કાર્ય કરવા પ્રોત્સાહીત કરેલા.

રાજકારણમાં વિવિધ કાર્યક્રમો પુરજોશમાં ચાલતા હતા. ત્યા કચ્છ માટે પરિષદ ન ભરાય તેમાટે રાજદ્રોહની નવી કલમ ૫૭/(અ) કલમ દાખલ કરી. પણ તેનુ પરીણામ અવળુ આવ્યુ. કલમની જાહેરાત પછી અઠવાલીએ જ પરિષદ ભરવી તેવુ નક્કી થયુ અને તે ભરાઇ પણ વાતાવરણમાં ખુબ ઉશ્કેરાટ હતો. મજાની વાત એ છે કે મહારાવે તેને સફળતાનો સંદેશ મોકલ્યો.

આ સમય દરમ્યાન ખેડુતોના પ્રસ્નો ઉપાડયા આ આંદોલન ખેબ ઉગ્ર સ્વરુપ પકડયુ. તેથી દીવાને કાંતિપ્રસાદને બોલાવ્યા અને ભુજમાં સંમેલનજ બોલાવવાનુ નક્કી કર્યું કચ્છના ઇતિહાસમાં પ્રથમ વખત આ રીતે હજારો ખેડુત ભુજમાં ભેગા થયા હતા.. કાંતિપ્રસાદે તેમનો અવાજ રજુ કરવા કચ્છનો ખેડુત પુસ્તિકા બહાર પાડી તે બધા મહારાવને મળયા પરીણામે તેના પ્રસ્નોનો નિવેડો આવ્યો. આ પ્રવૃતિ માથી —કચ્છિ એડુત મંડળની— સ્થાપના થઇ તેના સંદર્ભમાં કાંતિપ્રસાદે આખા કચ્છમાં પ્રવાસ કર્યો.

આ ઉપરાંત બીજા અનેક કાર્યો તેઓ સંભાળતા હતા હરીજન સેવામંડળ હિન્દુ- મુસ્લિમ એકતા રાજય સામેના પ્રસ્નો વગેરે કર્યો તેઓ અવીરત શ્રમથી કરતા હતા હવે રાજયની ખોફ ભરી નજર તેમના પર પડી ચુકી હતી તેમના અને અન્ય કાર્યકર પર દમળ સરૂ થઈ ત્રાસ ભરી સ્થીતિ ઉભી થઈ. બળાત્કાર જેવા અનેક અલકા આક્ષેપો તેમના પર થયા સામાજીક રીતે કટોકટી ની સ્થીતિ ઉભી થઇ આશારામ નામ ના એક મહંતે આપધાત કરતા તેનો આરોપ તેમના પર આવ્યો. રાજયે કેસ સરૂ કર્યો ૫ વર્ષ ખોટી રીતે કેસ લંબાવ્યો અને બન્ને તેટલો માનસીક ત્રાસ આપવામા આવ્યો પણ આ બધી સ્થીતી વચ્યે તે સ્થીર બુધ્ધી થી ઉભા રહેયા બધા આક્ષેપો ઝેરની જેમ પચાવી ગયા પોતા પર તથા ઇસ્વર પર ના અસાધારણ વીસ્વાસે તે કામ કરતા હતા.

પાંચ વર્ષ પછી ગમે તેમ કરી આરોપ તેઓ બધા પર સાબીત કરવામા આવ્યો અને નવ માસ સખ્ત કેદ અને એક હજાર કોરી નો દંડ કરવામા આવ્યો તેમને અને સાથી ઓ ને જેલ મા નાખવામા આવ્યા જેલના દમનનુ વર્ણન વાચતા કે સાંભળતા આજ પણ જેલમા પ્રવેસ કરતા તેના પર લાઠીમાર થયો માથા પર ખુબ માર્યો તેમ ના

એક સાથી શ્રી યમના દાસ ગાંધી ના માથા પોળો ઈંચ ઉન્ડો ઘા કયી ગાળો આપી થપડો મારી યજ્ઞોપવીત કાઢી નાખેલ ઘંટી પર દરાવી ખુબ મારથી બેભાન થયા છત્રીસ કલાક દાકતરી સારવાર પણ ન આપી મિત્રને બચાવવા જતા કાંતિ પ્રસાદ ને ખુબ લાગ્યુ આ બધુ હસતે મોઁએ સહન કરી લીધુ

આ બનાવથી કચ્છથી જાગી ગયો. ઠેરઠેર રાજયની અવહેલના થઈ કાર્યકરો પ્રત્યે સહાનુભુતી દર્શાવામા આવી આ સહાનુભુતીમા કાંતિપ્રસાદનુ સરસ વર્ણન તે વખત ના સમાજ સેવક શ્રી સુરજી વલ્લભદાસ કર્યુ છે. તે કહે છે, —કેટલાટ કહે છે. કે શ્રી કાંતિ પ્રસાદ નરમ છે. પણ મને કચ્છ ના પ્રવાસ દરમિયાન માલુમ પડયુ છે. કે તે નરમ નથી પણ ભડવીર છે. ને પ્રજાનો સાચો સેવક છે. તેણે કચ્છ ના ખેડુતોને બહાર લાવવા જે સેવા બજાવી તે અજોળ છે. તેનામા ઘણા સદ ગુણો છે.... — આ જાગૃતિનો પ્રભાવ મહારાવ પર પડયો તેમણે ફરી તપાસ કરવી સાડા ચાર માસ પછી બધાને નિદોષ છોડી મુકયા.

જેલમા તબીયત સંપુર્ણ લથડી હતી છતા બહાર નકલી દુષ્કાળ રાહત પ્રવૃતિમાં જોડાઇ ગયા અને જનાવરોની હિજરતની વ્યવસ્થા માટે કચ્છ,સાબરકાંઠા અને પંચમહાલ સુધી રખડયા ખેડુતોનુ કામ પણ ચાલુ હતુ. કચ્છી પરીષદને વેગવાન બનાવવા પ્રયત્ન પણ ચાલુ હતા.

આ દરમયાન પ્રથમ વાર કચ્છમાં મ્યુનિસીપાલીટીઓની યુટણી થઇ કાંતિપ્રસાદે તેમા ઝુકાવ્યુ અંજારમાં મેયર બન્યા પોતાની મુદત દરમ્યાન તેમણે નગર સભાઓનુ સંમેલન ભર્યુ શિક્ષણ સંમેલન બોલાવ્યુ પ્રજાને જાગૃત કરવામા કમી ન રાખી.આ બધી પ્રવૃતિઓ કચ્છમાં પ્રથમ વાર થઇ. શિક્ષણ સંમેલનમાં પ્રખ્યાત કેળવણીકાર શ્રી. નાનાભાઇ ભટે હાજરી આપી.

ભારતની સ્વતંત્રતા નજીક આવતી હતી. તેની અસર કચ્છ પર પણ પડતી હતી.રાજયે બંધારણ ઘડવાનુ નકકી કર્યુ તે માટે પરીષદના સભ્યો તથા મહારાવ શ્રી. વીજયરાજજી વચ્ચે મંત્રણાઓ થઇ.તેમા પણ કાંતિપ્રસાદે પડદા પાછળ રહી મુખ્ય ભુમીકા ભજવી. છેવટે સર્વસંમતીથી સંમીતી નીમાઇ જેમા પણ તે નિમાયા તેમણે પરિષદમાં પ્રધિનિધી તરીકે અને રાજાને સમજાવવા-એ બેવડુકામ

સંભાળ્યુ આમા ખુબ હોશિયારીથી કામ કરવુ પડેલુ તેનો પડઘો પ્રતિનિધિ મંડળના આગેવાન શ્રી ભગવાનજી ખીમજીએ કર્યો અને કહ્યુ Befor We Counceled We Wish To Pay Tribute To Bhai Kanti Prashad Antani Who Througth Not A Parishad Nominee Was Always Us In The Deliberation Of The Bandharan Samiti પ્રતિનિધિત્વ માટે પણ તેમણે અગત્યનો ભાગ ભજવ્યો.

ભારત સ્વતંત્ર થયુ હિન્દુ મુસ્લીમ રમખાણો ફાટી નિકળ્યા ઇતિહાસે ન જોયુ. તેવુ વસ્તિનુ સ્થળાંતર શરૂ થયુ. પાકીસ્તાન માથી સીધીઓ ભાગ્યા તેને કચ્છમા આશરો આપવા વીચારવામા આવ્યુ આવડુ જબર અને મુશ્કેલ કામ કોણ સંભાળે? છેવટે મહારાવની નજર કાંતિપ્રસાદ પર પડી. મહારાવે તેમને હિજરત સમીતીના સભ્ય તરીકે રાજય વતી નિમ્યા ભારત સરકાર પણ તેમને નિયુકત કર્યા. કાંતિપ્રસાદે તે કાર્ય સીંધી નેતા ભાઇ પ્રતાપ સાથે કુશળતાથી કર્યું.

કચ્છમાં પણ જવાબદાર રાજયતંત્ર હોવુ જોઇએ એવુ પરીષદને લાગવા માંડયુ તેથી તે માટે આંદોલન શરૂ કર્યું. આ સમયે મહારાવની તબીયત બગડી પરિસ્થિતિ ઘણી ગંભીર બની ગઇ. કાંતિપ્રસાદને આ વાતની ખબર પડતા તે વચ્ચે પડયા વલ્લભભાઇની સલાહ આ સત્યાગ્રહ મોકુફ રાખવાની હતી કાંતિપ્રસાદે પરીષદના પ્રમુખ અને યુવરાજ વચ્ચે મંત્રણાઓ શરૂ કરી. અને સત્યાગ્રહ મોકુફ રાખ્યો. તે દરમ્યાન મહારાવ નુ અવશાન થયુ. અને નવા મહારાવ તરીકે મદનસિહજી ગાદી પર બેઠા તેમણે આવીને પ્રથમ જ વાર જવાબદાર રાજયતંત્રની જાહેરાત કરી એટલુ જ નહી પણ થોડા સમય પછી ઉદારતાથી ભારતમાં પોતાના રાજયને ભેળવી દીધુ અને પ્રજાને સુપ્રત કર્યું. કાંતિપ્રસાદ તથા અન્ય કાર્યકરોની મહેનતને કારણે કચ્છને —ક— રાજયનો હોદો પ્રાપ્ત થયો.

૧૯૨૬ થી ૧૯૪૮ સુધી કચ્છી રાજકીય પરીષદે અજોડ કાર્યો કર્યા અને કચ્છને જાગૃત કર્યા અને આ પરીષદની સ્થાપનામા પાયાના પથ્થર તરીકે કાંતિપ્રસાદ હતા. મહારાવે રાજય પ્રજાને સુપ્રત કર્યું કે તરત જ કાંતિપ્રસાદને લાગ્યુ કે અવે પરીષદનુ કર્તવ્ય પુર થાય છે તેથી કોડાઇ ખાતે પરીષદમાં તેનુ વીસર્જન કરવાનુ શરૂ કર્યું. અને

પરીષદનુ વિસર્જન થયુ. આ સમય દરમ્યાન થયુલા ૭ અધિવેશનોમાં તેમણે સતત હાજરી આપી સક્રીય રહી પરીષદને વેગવંતિ રાખી.

કાંતિપ્રસાદના જીવનનુ મુખ્ય ધ્યેય પુરૂ થયુ કચ્છ સ્વતંત્ર થયુ. પણ તેનુ કાર્ય ન અટકયુ સ્વતંત્રતા પછી શરૂ થયુ વિકાસનુ કાર્ય તે અવે તે બાબતમાં સક્રીય થયા. સરકારે પણ તેની પુરી કદર કરી. અનુભવ અને વિધતાને ધ્યાનમાં લીધા અને વિકાસ બાબતની જુદી જુદી સમીતીઓ શરૂ કરી છેલ્લે સુધી લગભગ ૮૦ સમીતીઓમાં તેઓ સક્રય રહ્યા. લેખન, પ્રવાસ મુલાકાતો દ્વારા તે કચ્છી પ્રજાને હૈયે વસી ગયા. પ્રજાના બાપા બની ગયા.

૧૯૫૬માં અંજારમાં ભયાનક ભુકંપ થયો પોણુ અંજાર ધસી ગયુ ખુબ ખરાબ હાલત થઇ ગઇ. રાત્રે ભરતીકંપ થયો ત્યારે જ કાંતિપ્રસાદને તેની ભયાનબતા અને પરીણામો ખ્યાલ આવી ગયા. તરત જ તે ઘર માથી બહાર નીકળી ગયા અને લોકોની તપાસ કરવા દોડયા તે વખતનુ દ્રશ્ય રદય કંપાવે તેવુ હતુ. એક પછી એક ઘરો પડતા હતા. સેકડો લોકો કાટમાળ નીચે દબાતા હતા તેમને બચાવવા જતા દેખીતી રીતે જાન ખોવો પડે તેવો ભય હતો. તેમ કાંતિપ્રસાદે સાથી દારોની મદદથી તેટલા લોકોને બચાવવાનો પ્રયત્ન કર્યો સખત અંધારામા જીવનના જોખમે આખી રાત આખા શહેરમાં ફર્યા બીજે દિવસે રાજયે વ્યવસ્થિત કાર્ય ઉપાડયુ તેમા પણ તેમને મુખ્ય સભ્ય બનાવવામા આવ્યા રાત દિવસ આરામ કર્યા વગર તેઓ કામ કરતા રહ્યા. લોકોઅને સરકાર તેમની કર્મઠઠા જોઇ અવિરત શ્રમ જોઇ દંગ જ રહી ગયા.

સ્વતંત્ર ભારતમાં છેલ્લા માનવીએ પણ રાજય વહીવટમા ભાગ લેવાની તક મળે તેમાટે પંચાયત પ્રથા દાખલ કરી ૧૯૬૩ માં કચ્છમાં પચાયતના પગરણ થયા ફરીથી બધાની મીટ કાંતિપ્રસાદ પર પડી જેમણે સ્વતંત્ર સંગ્રામમા કચ્છની પ્રજા માટે સર્વસ્વનો ભોગ આપ્યો હતો. આ જગ્યા માટે યોગ્ય છે તેવુ બધાને લાગ્યુ અને કચ્છ જીલ્લા પંચાયત પ્રમુખનો મુગટ તેમના માથે સર્વ સંમતીથી મુકાયો ૫ વર્ષ સતત આ પદે તેમણે કામ કર્યુ અને નવોદિત પંચાયતને બરાબર વ્યવસ્થિત કરી. પછી રાજકારણમાં પલદતા રંગો જોયા પોતાનુ અહી

કામ નથી એવુ દીર્ઘ દ્રષ્ટિથી તેમણે જોઇ લીધુ એટલે સૉવયૉછાએ તે પદે થી ખસી ગયા અને રાજકારણમાથી નિવૃત થયા. છેલ્લે સુધી તેમણે નિવૃતિ ભોગવી તેનો અર્થ એવો નથી કે તઓ તદન વિષૉક્રીય રહયા. તેઓ જાહેર માં આવતા તેઓ તેમનુ પ્રજા જાગૃતિનુ કાર્ય ચાલુ જ રાખ્યુ.

ભારત સરકારે સૉવતંત્રની રજત જયંતિ પ્રસંગે સૉવતંત્રતાના ઘડવૈયાઓને પેંન્સિન આપવાનુ નકકી કર્યુ તેમા કાંતિપ્રસાદ મુખ્ય નિમાયા કાંતિપ્રસાદ જ કય્ચ્છમાં સંગ્રામનો પાયો હતો તે જ આના મુખ્ય હકદાર હતા પણ તેમણે પેંન્સિન લેવાની ના પાડી કારણ પુછતા જણાવ્યુ કે સંગ્રામમાં હુ મારી મોજ ને કારણે જોડાયો. મને તેમા આનંદ આવતો હતો. તેની વળતરની ભાવના ન હતી. પેંન્સિન લઇ મારા આનંદને ખોવો નથી ઇચ્છતો. ખુમારી ભર્યો મસ્તિ ભર્યો જવાબ હતો તેમને મુખે સંગ્રમના સૉમરણો સંભળાવતા તેમના ચહેરા પર અજબ મસ્તિ જોવા મળી અન્ય સર્વેને પેંન્સિન આપવામા તેમણે ખુબ મદદ. સતત કાર્યશીલ રહી કાંતિપ્રસાદે કય્ચ્છના વિકાસમાં અજોડ ફાળો આપ્યો છે આ બધી તો રાજકીય બાજુ હતી પણ તેઓ એકાંગી ન હતા. જચ્છજનમા દરેક ક્ષેત્રમાં તેઓ ફરી વળયા. ગૌ શાળા થી રાજયના પ્રસૉનોમા તેમણે ભાગ લીધો છે.

નવાઇની વાત છે કે તેમણે ભુતોનો પણ પરીચય કર્યો છે. એ રહસ્યમય ક્ષેત્રનો પણ તેમણે અકલૉપ્ય અનુભવ છે.અનેક પ્રસંગો એ તેમની કસોટી થઇ છે. ગૌ શાળામા નોકરી કરતા હતા ત્યારે ઉંટ પર બેસી તપાસણી માટે જતા હતા ત્યા રસ્તામા એક તાંજુ જન્મેલુ બકરીનુ બચ્યુ જોયુ દયા આવતા ઉપાટી લીધુ અને ખોળામા નાખી આગળ વધ્યા ૨-૩ માઇલ ચાલ્યા બાદ ઉંટવાળાએ પાછળ જોતા ચીસ પાડી કાંતિપ્રસાદ નુ ધ્યાન ગયુ અને જોયુ તો જયાથી બકરીના બચ્યાને ઉપાડયુ હતુ ત્યાથી તેના પગ લંબાવતો હતો. ઝડપથી ઉપાડી તેને ફેંકી દીધુ તો વચ્ચેથી ભડકો થઇ અદ્રશ્ય થઇ ગયુ.

બીજા એક પ્રસંગે ગામમા જાજરૂ જવાનુ થયુ તો બુમ મારી એક માણસને બોલાવ્યો ગૌવાળે આવી બધી વ્યવસ્થા કરી ત્યાર પછી પણ મોડી રાત સુધી તેની સેવા કરી સવારે તેને ફરી બોલાવતા ખબર પડી કે ગોવાળ તો ઘણા વખત પખત પહેલા મૃત્યુ પામેલો આવા

અનેક અનેભવો પણ તેમને થયા છે. છતા કયારે તેમની છાતી ધડકી નથી તેમનુ સમગ્ર જીવન નિર્ભયતાનુ જ પ્રદર્શન હતુ તેમણે પોતાનો જીવન મંત્ર નિત્ય જેના એક વાકય મા રાખ્યુ હતુ. The Secret Of Joyful Life Is To Live Dangerously. જયા જોખમ ત્યા તે આગળ રહે છે. પ્રવાસમા પણ જોખમી રસ્તાઓ લે છે. ત.મની સાથે રહેનાર મુશ્કેલીઓ થી ગભરાઇ જાય છે. ત્યારે તે હસતા રહે છે.

કચ્છના ગ્રામ વાસીઓ સાથે તેમનુ અદ્ભુત તાદાત્મ્યમ રહ્યુ કચ્છના ખુણેખુણેના ગ્રામ વાસીઓ તેમને ઓળખે છે. પુજય માને આનો શાક્ષી હુ છું ૧૯૭૪માં કચ્છમા ચાલતા દુષ્કાળમાં રાહત આપવા સંદર્ભમાં અમો પ્રવી કરતા હતા.. તેથી જ તેની સાથે ગામેગામમા સત્કારતા હતા. એટલુ જ નહી પણ તેમના આવવાથી જાણે દુષ્કાળના પ્રસ્નો ઉકેલાઇ ગયા ન હોવા છતા આવુ માન આજે જવલ્લે કોલને મળયુ છે તેમનુ વ્યકિતત્વ એવુ પ્રભાવી છે કે બધા પક્ષોના સભ્યો તેની સલાહ લે છે પોતે સંસ્થા કોંગ્રેસમાં હોવા છતા બધા તેમને વડીલ માને છે. વગર પદે તેઓ સવૌર્ચ્ય જેવુ માન આજે પણ ભાગવે છે કેટલાય ગ્રામ વાસીઓ તેમની સલાહ મુજબ વર્તે છે.

તેઓ કચ્છના ખુબ પ્રેમી હતા. તેનો ખુણે ખુણો ભર્યો છે. કચ્છમાં ભાગ્યે જ એક બે અમલદાર યા નેતા નિકળે જેમણે કચ્છનો ખુણેખુણો જોયો હોય કચ્છ વિષે તેમનુ જ્ઞાન અદ્ભુત હતુ. ઝીણામા ઝીણી વિગતો તેઓ જાણે છે તેમના પાસે કચ્છની સર્વ માહિતી હતી. તીમને કચછનો જીવતો ઇતિહાસ કે ભુગોળ કે કોમ્પ્યુટર કહી શકાય. તે કચ્છમાં હાલતા ચાલતા જ્ઞાન કોશ હતા છેલ્લી પળ સુધી તેમનુ અભ્યાસ ચાલુરહયો કચ્છના વિકાસ વિશે પણ તેઓ રસ દાખવતા અને કાર્ય કરતા ગયા.

શ્રી કાંતિભાઈના લગ્ન ડોલરગૌરી સાથે ૧૯૮૦મા થયા સંતાનો મા ચાર પુત્રો અને શ્રી જયશંકર પુત્રો અને બે પુત્રીઓ છે. પત્ની સ્વર્ગવાસી બન્યા છે. એક પુત્ર શ્રી જયશંકર પાલનપુરમા પોલીસ અમલદાર છે. બીજો પુત્ર શ્રી અસવીન ભુજ પંચાયતમા વેટનરી અધિકારી છે. ત્રીજો પુત્ર દિપક કચ્છ સોલ્ટ વર્કસ કંડલામા છે. અને ચોથો પુત્ર ગાંધીધામ મ્યુનિસીપલીટીમા હતા. ત્યા અચાનક મૃત્યુ પામ્યા હતા. શ્રી અરવિદા બહેન તથા જાગૃતિ બહેનના લગ્ન થઇ

ચુકયા છે.

સામાન્ય રીતે રાજકીય માણસ કુટુંબ પ્રત્યે ઉદાસીન રહે છે. પણ તેમની બાબતમાં તેવુ નથી બન્યુ તેઓ કુટુંબ વત્સલ હતા. તેમને તેમના માતા-પિતા પ્રત્યે અજોડ લાગણી હતી. પત્નિ પ્રત્યે અપાર્થિવ પ્રેમ હતો બહુ નાની ઉમરે તેમના પિતાનુ મૃત્યુ થતા તેમના કુટુબને મુંગી રીતે પોતાનો પ્રેમ વરસાવ્યો. અંતિમસમય સુધી સંતોષ અને કૃત કૃત્યતાથી ઉતરે જીવન ગાળ્યુ જેવા રાજકારણસકીય હતા તેવા પ્રભુશકિત મા લીન થઇ ગયા. યોગ યુકત જીવન ગાળ્યુ રાજકારણમાં ખુબ ભોગ આપ્યા છતા આરોપો સહન કર્યા છતા તે શાંત રહયા. અનાશકત રહયા સાથે બુધ્ધિ નાઠવાને બદલે તીક્ષ્ણ બની એક ગ્રામ વાસીના વાકય કહીએ તો —કાંતિબાપા તમારી હાજરી અમારા દુખ દુર કરે છે તમે માત્ર આવશો તો અમે કૃતકૃત્ય થશુ. આ તેમના જીવનની સફળતા છે. અને તઓએ તે માણે છે. ખરેખર કચ્છને આ સપુત મળયો છે. તેથી કચ્છ ધન્ય છે. શ્રી અંતાણીનો દેહ વિલય તા. ૮મી ઓગષ્ટ, ૧૯૮૬ નાં વર્ષે થયો .

સંદર્ભ : વિકિપીડિયા , કાંતિપ્રસાદ અંતાણી -લે હરેશ ધોળકિયા , https://kutch.wordpress.com/

ઓગસ્ટ ક્રાંતિ અને કચ્છ' મણકો 5 (છેલ્લો હપ્તો)

'ક્રાંતિ'માં કચ્છનો ફાળો..

સ્થાનિકે કચ્છમાં ક્રાંતિનો પડઘો પડ્યો હતો.

કચ્છમાં તો ૨૬મી જાન્યુઆરી,૧૯૪૨નાં દિવસે જ ..'જવાબદાર રાજ તંત્રદિન'.. ઉજવાયો હતો.ઓગસ્ટ ક્રાંતિમાં કચ્છના ફાળા સંદર્ભે આ ઘટના પણ ભૂલવા જેવી નથી. એ દિને ભુજમાં 'હરિજન છાત્રાલય' ચોકમાં કચ્છી પ્રજાકીય પરિષદ તરફથી શહેરીજનોની બહોળી સંખ્યા વચ્ચે મળેલ બેઠકનું પ્રમુખ સ્થાન ગુલાબશંકરભાઈ ધોળકિયાએ સંભાળ્યું હતું.તેમને જુસ્સાદાર પ્રવચન આપ્યું હતું.'જવાબદાર રાજતંત્ર'ની પ્રતિજ્ઞાનો ઠરાવ શ્રી.તુલસીદાસ મૂળજી શેઠે રજુ કરતાં,વકીલ ગોપાલજી ઉમરશી,ગોપાલજી શિણાઈ,મનસુખ ગઢવી ..વ. એ ટેકો આપ્યો હતો.કવિ અબ્દ 'ભક્ત કૃાજી'એ કચ્છી કવિતા દ્વારા ટેકો જાહેર કર્યો હતો.

(સૌજન્ય : 'જય કચ્છ' તા.૩૧.૧.૪૨)

પરિષદના પાયાના પથ્થર કાંતિપ્રસાદ અંતાણીનું પ્રદાન નોંધ પાત્ર હતું.

કચ્છમાં ઠેર ઠેર જાહેરસભા

મુંબઈમાં 'ક્રાંતિ'ના નેતાઓની ધરપકડ થઇ એના વિરોધમાં ભુજમાં કચ્છી પ્રજાકીય પરિષદ અને વેપારીઓના સહયોગથી મહાદેવ નાકાં પાસે સાંજે સાડા છ વાગ્યે નગરશેઠ સાકરચંદ પાનાચંદનાં પ્રમુખપદે જનસભા મળી હતી.જેમાં ચારેક હજારની હાજરી હતી.મોહનલાલ શાહે પ્રમુખસ્થાન માટે મુકેલી દરખાસ્તને જયરામ વિશ્રામે અનુમોદન આપ્યું હતું.. સભામાં સર્વ સરી ટી.એમ.શેઠ,ગુલાબશંકર ધોળકિયા,રસિકલાલ જે.જોશી,શૂરજી ઉમરશી ભાનુશાળી..વ..એ જુસ્સાદાર વક્તવ્યોઆપ્યાં હતાં.અને જન જાગૃતિ આણી હતી.ભુજ ઉપરાંત અંજાર,મુન્દ્રા,માંડવી સાથે ઘણા ગ્રામ્ય વિસ્તારોમાં પણ જાહેર સભાઓ,હડતાળ,..જેવા કાર્યક્રમો યોજાયા હતા.

ધ્યાનાકર્ષક ઘટનાઓ

અલબત્ત,એ ગાળામાં પ્રજા-રાજ્ય સંઘર્ષના મોટા બનાવો કચ્છમાં બન્યા ન હતા.છતાં બ્રિટીશ સલ્તનતે તો દેશનાં તમામ રાજ્યોને જરૂર જણાય ત્યારે આંદોલનકારીઓ સામુહિક ધરપકડો કરવાનો આદેશ જાહેર કર્યો હતો.એ અન્વયે રાજકોટની વેસ્ટર્ન ઇન્ડિયા સ્ટેટ એજન્સી તરફથી તા.૧૧.૮.૪૨નાં લખાએલ આદેશ કચ્છના દિવાન મિ.વેબને મળતાંએમણે કચ્છના મહારાવશ્રી અને ઉચ્ચ અધિકારીઓ સાથે ચર્ચા-વિચારણા કરી, કચ્છમાં ખાસ કોઈ મોટો અનિચ્છનીય બનાવ બન્યો ન હોવાની ખાતરી કરી લીધી હતી.પરંતુ છૂટાછવાયા બનાવોમાં અંજાર તેમજ મુન્દ્રામાં બનેલી ઘટનાઓએ સૌનું ધ્યાન ખેંચ્યું હતું.
અંજાર હાઈસ્કૂલમાં હાથ-બોંબ !
અંજારના વિદ્યાર્થીઓ ભાંગફોડની પ્રવૃત્તિ તરફ વળ્યા હતા. હાઈસ્કૂલમાંથી દેશી બનાવટના હાથ બોમ્બ હાથ લાગ્યા હતા.તેથી

હાઈસ્કૂલના કાર્યવાહક

આચાર્ય છેલશંકર કે.વોરા તત્કાલિન કચ્છના શિક્ષણ નિયામક મિ.સ્મિથને નીચે મુજબ સંદેશો પાઠવ્યો હતો...

''સલામ સહ વિનંતી કે આજરોજ વિગતવાર પત્ર રેલ્વે પોસ્ટ દ્વારા આપને મોકલાવેલ છે રોશન થશે કે આજરોજ સવારે દશ વાગ્યે (પોષ વદ પાંચમ સોમવાર સં.૧૯૯૯..તા.૨૫મી જાન્યુઆરી)નાં હાઈસ્કૂલના સ્ટાનડર્ડ ફીફ્થના ક્લાસમાંથી એક દેશી બનાવટનો બોમ્બ હાથમાં આવેલ છે.કોઈ પણ પ્રકારનું નુકસાન થએલ નથી.ખાનગી તપાસ ચાલુ છે.આવતી કાલની બોમ્બની ધમકી નીચે પ્રમાણેની હાઈસ્કૂલના દરવાજા બહાર જોવા મળે છે...

''જો જાન્યુઆરી તા.૨૬મીનાં સ્કૂલ બંધ નહી હોય તો દેશી બનાવટનો બોમ્બ નાખવામાં આવશે. (નવ વાગ્યે) જે રોશન થાય''..

........મુન્દ્રામાં વિદ્યાર્થીઓની ધરપકડ-સજા....

મુન્દ્રા હાઈસ્કૂલના વિદ્યાર્થીઓએ પણ લડત ઉપાડી હતી.પરિણામે વિદ્યાર્થી નાનાલાલ ફોફળીયા અને બીજા એક વિદ્યાર્થીની ધરપકડ થઇ હતી.અને..'ગેરકાયદે પ્રવૃત્તિ કરવા' .. બદલ એ વિદ્યાર્થીઓ પર કેસ ચાલ્યો હતો અને એ બન્નેને નવ માસની સજા થઇ હતી.

આમ,રાષ્ટ્રીય પ્રવાહથી કચ્છ જિલ્લો અલગો રહ્યો હોવાની છાપ આ લેખ થકી ખોટી પડે છે.

... ચળવળની અસર..પાંચ જ વર્ષમાં અંગ્રેજો ઉચાળા ભરી ગયા...

'હિન્દ છોડો' ચળવળે પ્રજામાં એકતા અને અખંડિતતાની ભાવના પ્રબળ બનાવી હતી.દેશના ખૂણે ખૂણે આઝાદી માટેની ફનાગીરીની અજબ ભાવના પ્રગટાવી હતી.દેશભરમાં સ્વાતંત્ર્યનો ટંકાર ગાજી ઉઠ્યો હતો.તેથી બ્રિટીશરોને પોતાની સલ્તનતના પાયા ડગમગી ઉઠ્યા હોવાનો અણસાર આવી ગયો .દેશદાઝની પરાકાષ્ટાએ અનેક બત્રીસ લક્ષણા યુવા શહીદોની કુરબાનીથી રક્તરંજિત બનેલી ભારતની વીર ભૂમિ પર શાસન કરવાનું સામર્થ્ય બ્રિટનની સેતાની સલ્તનતમાં ન રહ્યું.સંજોગોની ઘટમાળ એવી તો ઝડપથી સર્જાઈ કે 'ભારત છોડો' ચળવળના માત્ર પાંચ જ વર્ષમાં અંગ્રેજોને દેશમાંથી ઉચાળા ભરી જવા પડ્યા હતા..

સંદર્ભ સૂચી..

૧.'જય કચ્છ' સાપ્તાહિકનાં ૧૯૪૭-૪૨ની ફાઈલ દિવાળી અંકો તેમજ તા.૧૫.૮.૯૧નો અગ્રલેખ.

૨.'કચ્છમાં પ્રજા જાગૃતિનાં પાનાં' લે.રસિકલાલ જોશી.

૩.સ્વ.ગુલાબશંકર ધોળકિયા સ્મૃતિ ગ્રંથ.

૪.'કચ્છ અને લોક સંસ્કૃતિ' લે.ડૉ.ગોવર્ધન શર્મા-ડૉ.ભાવના મહેતા.

૫.કવિ અબ્દ 'ભક્ત કડવાજી' અને અન્ય મહાનુભાવો.

૬.'કચ્છ સ્વાતંત્ર્ય સંગ્રામની તવારીખ' કાંતિપ્રસાદ અંતાણી

મહાત્મા ગાંધીજી ના કચ્છ પ્રવાસ માં કાંતિપ્રસાદ અંતાણીનું યોગદાન

મહાત્મા ગાંધીજી મુંબઈથી કચ્છ આવવા 'રૂપવતી' આગબોટમાં નીકળી ચૂક્યા હતા અને દ્વારકા થઈ માંડવી બંદરે ઊતરવાના હતા. આગબોટ દ્વારકાથી નીકળી ચૂકી હતી, તેવા સમાચાર બંદરની કચેરીમાંથી મળ્યા હતા. કાંતિપ્રસાદ અંતાણીના આગ્રહને માન આપી મહાત્મા ગાંધીજી આવી રહ્યા હતા. ડક્કા ઉપર કાંતિપ્રસાદ અંતાણી અને ભૂજના માનસિંગ કચરાભાઈ અને અન્ય આગેવાનો હજારીગોટાના હાર પકડીને ઊભા હતા. કાંતિપ્રસાદ ગાંધીજીને ગમતી સૂતરની આંટી લઈને આવ્યા હતા.

'દક્ષિણ આફ્રિકામાં ગોરી સરકારને હંફાવી ગાંધીજી દશ વર્ષથી હિંદમાં આવી ગયા છે, અને જાણે સૂતેલા દેશને જગાડી દીધો છે હોં !' કાંતિ-પ્રસાદે વાતો કરવી શરૂ કરી. 'તોપ, તલવાર વગર આફ્રિકાની સરકારને એમણે મનાવી.' માનસંગ શેઠે અનુમોદન આપ્યું. 'આફ્રિકાની ગોરી સરકારે બાપુને જેલમાં બહુ કષ્ટ દીઘેલાં.' કાંતિપ્રસાદે ટોક્યા.

'પણ ગાંધીજીએ તો હિંદમાં આવી ચંપારણમાં ગવર્નર સાહેબને પણ નમાવ્યા અને નીલવરોના તીન કઠિયાના ત્રાસમાંથી ગરીબ ખેડૂતોને છોડાવ્યા.' વલ્લભદાસ બોલ્યા. 'વળી ખેડા અને બારડોલીમાં સત્યાગ્રહ કરી મુંબઈના ગવર્નરને નમાવ્યો.' રવજી તેરશીએ ઉમેર્યું. 'પંજાબમાં જનરલ ડાયરે અંધાધૂંધ ગોળીબાર કરી જલિયાંવાલા બાગમાં હજારો લોકોને ઢાળી દીધા, તો ગાંધીજીએ આખો દેશ ખળભળાવી મૂક્યો.' 'રાજદ્રોહનો ગુનો હિંમતપૂર્વક સ્વીકારી જેલમાં

ગયા, પરંતુ સરકારે છોડી દેવા પડ્યા.'

'ગાંધીજી આપણા કાઠિયાવાડના ને પાછ વાણિયા, એટલે હડતાળની તો એમને ખબર હોય જ. અમદાવાદમાં મિલોની હડતાળ પડાવી સાંચા અટકાવી દીધા. પહેલાં આપણું વાણિયાલોક રાજની સામે હાટને તાળાં મારી હડતાળ કરતું.'

'પણ ગાંધીજી આ અહિંસા લાવ્યા ક્યાંથી ?' 'એલા, વાણિયા તો અહિંસામાં જ માને ને ?' પાછાં મહેશ્વરી બોલ્યાં અને સૌ હસી પડ્યાં.' 'પણ આ સત્યાગ્રહ ?' સુરજીએ પૂછ્યું. 'એલા, એય આપણે ત્યાંના ચારણ બારોટ ત્રાગાં કરતા'તા,' મથુરાદાસ બોલ્યા. 'હા, આપણા મહાદેવ ખેંગારજી બીજાએ ચારણોના ગામ લાખીયારવીરાને તોપથી ઉડાવી દેવા હુકમ કર્યો તો ચારણ આઈ જીવાંમા અને એમની દીકરી દિપાબાઈએ જીવતાં અગ્નિપ્રવેશ કરી ત્રાગું કર્યું હતું અને ખેંગારજીને નમાવ્યા હતા. આજની તારીખે પણ લાખીયાવીરાના ગઢવી ભૂજનું પાણી પીતા નથી.' રવજીએ કિસ્સો યાદ કર્યો.

'વાગડના કટારિયા ગામે વ્યાજખાઉ વાણિયાનો બવ તરાસ હતો. તો ચારણ આઈ દેવલબાઈએ પોતાનું શિર કાપીને ત્રાગું કર્યું હતું.' મથુરાદાસે બીજો કિસ્સો કહ્યો. 'રાજ સામે લડવા હથિયાર ન હોય ત્યારે આતમબળ જ વાપરવું પડે ને ! ગાંધીજીના કહેવા પ્રમાણે જો આખા દેશની પ્રજા છાતી ખોલીને ઊભી થઈ જાય તો અંગ્રેજોની તોપો ને બંધૂકો ક્યાંય કામ ન આવે.' કાંતિપ્રસાદે સમજાવ્યું.

'પણ આ ગાંધીજીને અંત્યજોના ઉદ્ધારનું ભૂત ખોટું વળગ્યું છે ભૈસાબ !' લક્ષ્મીદાસે વાતનો વિષય બદલ્યો. ગાંધીજી નાતજાત – ધરમના ભેદમાં માનતા નથી. એમના આશ્રમમાં અંત્યજના કુટુંબને રાખ્યું. તે આશ્રમ બંધ કરવાની વેલા આવી. ખુદ કસ્તુરબાને પણ એમણે આશ્રમ છોડવા કહી દીધું. ગાંધીજી ટેકીલા બહુ. લીધી ટેક મેલે નહિ.' 'ઈ ખરૂં, પણ હમણાં પહેલાં તો દેશની આઝાદી લઈ લઈએ. પછી આભડછેટની મોકાણ માંડીએ તો ઠીક રહે.' મથુરદાસે પાઘડી ઉતારી માથું ખંજવાળ્યું. 'ના ઈમ નૈ. ગાંધીજી કયે સે કે પેલાં આપણે આઝાદી માટે તૈયાર થૈએ, તી કેડ આઝાદી. દેશમાંથી અંત્યજ અને મુસલમાન માટેની આભડછેટ જવી જ જોઈએ.' કાંતિપ્રસાદે સમજાવવા પ્રયત્ન કર્યો.

'ગાંધીજી આંય પણ અંત્યજોની મોકાણ માંડવાના અને ઉપાધિ થવાની.' માનસિંગ શેઠે દહેશત વ્યક્ત કરી. 'ગાંધીજીએ ત્રાવણકોરમાં વાયકોમના શિવમંદિર જતા રસ્તા પર ચાલવાનો હક અંત્યજોને અપાવ્યો.' 'ગાંધીજી તો આતમરામની ભાષા બોલે છે, એ અન્યાય સાંખે તેવા નથી. એટલે બોલવાના જ.' 'જેવી અલ્લાની મરજી.' મહેશ્વરીએ ફરી સૌને હસાવ્યા.

સૂરજદાદો રાશવા ચઢવા આવ્યો એટલે દરિયો જાણે હવે મોડો મોડો જાગી ગયો હતો અને મોજાં ડક્કા પર આવી-આવીને પછડાતાં હતાં. આકાશમાં ઢોમડા ચીસાચીસ કરતા ઊડાઊડ કરતા હતા અને માછવામાંથી માછીમારો નકામો માલ ફેંકતા હતા તેને ઝપટમાં લેતા હતા. દરિયામાં ઠેરઠેર કોટિયા, ગુરાબ, જમરી, ધગી, ધાઉ, બતેલા, બગલા, બચ્છ નાંગરેલા હતા અને દરિયાનાં મોજાં સાથે ઊંચાનીચા થયા કરતા હતા.

ત્યાં દૂર આગબોટનો ધુમાડો દેખાયો. 'એ આવ્યા માતમા ગાંધી...' ડક્કે ઊભેલા માછીમારો બોલી ઊઠ્યા. પોર્ટ ઓફિસરે દરબારી લોંચનો પગો (રસ્સો) છોડ્યો અને ગાંધીજીને આગબોટમાંથી ઉતારી લઈ આવવા ઊપડ્યો. મહારાવે પોર્ટ ઓફિસરને ગાંધીજીને લઈ આવવા હુકમ કરી દીધો હતો. થોડી વારમાં તો આગબોટ નજીક આવી ગઈ. ગાંધીજી અને બીજા બે-ત્રણ જણ ઊતરીને લોંચમાં બેઠા. લોંચ ધક્કા પર આવી, એવા ગાંધીજી કૂદીને ડક્કા પર ચઢી ગયા. કાંતિપ્રસાદ, માનસિંગ શેઠ અને અન્ય સૌએ દોડીને ગાંધીજીને નમન કર્યાં. કાંતિપ્રસાદે સુતરની આંટી પહેરાવી, માનસિંગ શેઠ અને બીજા સૌએ હજારીગોટાના હાર પહેરાવ્યા અને 'મહાત્મા ગાંધી અમર રહો.... મહાત્મા ગાંધી ઝિંદાબાદ... વંદે માતરમ...' એવા સૂત્રોચ્ચાર કર્યા. ઢોલ-ત્રાંસા અને શરણાઈ વાગ્યાં.

ગાંધીજીએ હાથ જોડી સૌને હસતાં હસતાં પ્રણામ કર્યા. 'કેમ છે કાંતિપ્રસાદ ? તમારી ઇચ્છ પૂરી થઈને ?' ગાંધીજીએ કાંતિપ્રસાદના ખભે ટપલી મારી.' 'જી, બાપુ.' કાંતિપ્રસાદે નીચા નમી ચરણસ્પર્શ કર્યા. ગાંધીજીએ પોતડી પહેરી હતી અને ખભે ખેસ હતો. ઉઘાડું માથું ઉંદર ફરી ગયા હોય તેવા માથે થોડા વાળ હતા. પાછળ ચોટલી હતી. ગાંધીજી સાથે આવેલા મહાદેવભાઈ અને મણિલાલ કોઠારીનું પણ હાર

પહેરાવી સ્વાગત કર્યું.

બંદરની બહાર માનસિંગ શેઠે બે-ત્રણ ગાડાં તૈયાર રાખ્યાં હતાં. છાંયો રહે એટલે માફા બાંધ્યા હતા અને ધડકીઓ પાથરી હતી. બળદને પણ કચ્છી ભરતની ઝૂલોથી શણગાર કર્યા હતા અને ડોકમાં ખંભાતી ઘૂઘરા રણકતા હતા. ગાંધીજી, મણિલાલ કોઠારી અને મહાદેવભાઈ દેસાઈ ગાડામાં બેઠા એવાં ગાડાં ભૂજના માર્ગે ચાલવા માંડ્યાં. ગાંધીજીના બપોરના ભોજન માટે બાફેલાં શાકભાજી, ગોળ સાથે ભેળવેલી ભૂંજેલી માંડવી, કેળાં અને ખજૂર કાંતિપ્રસાદે ગાડામાં રાખ્યાં હતાં. અંધારું ઊતર્યે ગાડાં ભૂજ પહોંચ્યાં. કચ્છના મહારાવે સંસ્કૃત પાઠશાળામાં ઉતારાની વ્યવસ્થા કરી આપી હતી. રાત્રે ગાંધીજીએ લીંબુપાણી જ પીધું. થોડી આડીઅવળી વાતો કરી. ગાંધીજી થાકેલા હતા એટલે તરત ઢોલિયામાં સૂઈ ગયા.

બીજે દિવસે સવારે જ સરઘસ નીકળ્યું. ગાંધીજી ગાડામાં બેસી સૌનાં વંદન સ્વીકારતા હતા અને બોખા મ્હોંએ હસતા હતા. પછી નાગરવાડીમાં જાહેરસભા થઈ. નગરશેઠ સાકરચંદ પાનાચંદે માનપત્ર વાંચ્યું અને ચાંદીના રેંટિયાની ભેટ આપી. ગાંધીજીએ સત્યાગ્રહ અને અહિંસાની શક્તિ સમજાવતાં કહ્યું કે 'અંગ્રેજોની ગોળીઓ સામે ખુલ્લી છાતીએ ઊભા રહીએ તો જેનો સૂરજ ક્યાંય આથમતો નથી તેવી ગોરીસત્તાને નમાવી શકાય. સૂતરના તાંતણે હું દેશને આઝાદી અપાવીશ. શરત એટલી કે ઘેરઘેર રેંટિયો ચાલે અને કાંતિપ્રસાદની જેમ સૌ ખાદી પહેરે. પરદેશી કાપડ છોડે.' ગાંધીજીએ કાંતિપ્રસાદ સામે સૂચક રીતે જોયું. પછી પાછા બોલ્યા, 'હિંદુસ્તાનની વસતિના પાંચમા ભાગ અંત્યજોને આપણે કાયમ દબાયેલો રાખવા માંગતા હોઈશું તો સ્વરાજ એક અર્થહીન શબ્દ બની રહેશે. તમે સભામાં અંત્યજોને આધા અને જુદા બેસાડ્યા છે પરંતુ હવે તેમની વચ્ચે જઈ ભાષણ કરીશ.' એમ કહી ગાંધીજી મંચ પરથી ઊતરીને ચાલતા થયા. સભામાં હો હા મચી ગઈ.

'જોયું ને ? મને ખબર હતી જ કે ગાંધીજી આભડછેટની મૉકાણ માંડવાના જ !' વલ્લભદાસ ચિડાયા. વાળુ માટે સૌ સાથે બેઠા. ગાંધીજી માટે ખીચડી, બાફેલી ભાજી અને બકરીનું દૂધ હતું. અન્ય લોકો માટે શાક, કઢી, રોટલા હતા. વાતો કરતાં કરતાં ગાંધીજી કાંતિપ્રસાદને કહે,

'કાંતિપ્રસાદ, કચ્છમાં અંત્યજોની હાલત વિશે વાત કરો.' મથુરદાસથી ન રહેવાયું. 'બાપુ, પહેલાં સ્વરાજ લઈએ, પછી અસ્પૃશ્યતા નિવારણ ન થાય ?' 'ના, મારે સ્વરાજ દૂધે ધોયેલું જોઈએ, અસ્પૃશ્યતાના અને હિંદુ-મુસલમાનના લોહીના ડાઘવાળું સ્વરાજ મને ન ખપે.' ગાંધીજીએ નન્નો ભણ્યો. 'બાપુ, કચ્છના અંત્યજ વણકરોનું ભરત અને વણાટકામ પરદેશમાં વખણાય છે. માંડવી બંદરેથી લિવરપુલ માલ જાય છે. પરંતુ ઈજારદારોના ઓર્ડર મુજબ જ તે વણી શકે અન્યથા મીઠાના કોરડા ખાવા પડે !' કાંતિપ્રસાદે વાત શરૂ કરી.

'ઓહો હો ! આવો અત્યાચાર ?' આ સાંભળીને ગાંધીજી ચમકી ગયા. 'હા, બાપુ. વળી અંત્યજોને ન્યાય અને સજા ઠેકેદારો કરે છે. અપીલ કોટવાળ સાંભળે. કચ્છની કોર્ટમાં કેસ ન ચાલે. તેને ભૂંડી-ભૂંછી કહે છે.' કાંતિપ્રસાદે ઉમેર્યું. 'આ તો બહુ ભૂંડી વાત છે !' ગાંધીજીએ હાથ ધોઈ અંગૂછાથી હાથ લૂછ્યા. 'આમ કરો, કાલે મહારાવ ખેંગારજી સાથે મારી મુલાકાત ગોઠવો, કાંતિપ્રસાદ, હું એમને કાને વાત નાંખીશ !' ગાંધીજી ઊભા થઈ ગયા.

બીજા દિવસે સવારે નવ વાગે શરદબાગ પેલેસ સામેના બગીચામાં ગાંધીજી મહારાવ ખેંગારજીને મળ્યા. મહારાવ ખેંગારજી જોધપુરી કોટ-સૂરવાળ અને કચ્છી પાઘ પહેરી આવ્યા. પાઘમાં કલગી ફરકતી હતી. તેમાં નીલમ ચમકતું હતું. ગળામાં સોનાનો અછોડો અને મોતીઓની પાંચ-સાત માળા લટકતી હતી. હાથે બાજુબંધ, અંગે કડાં હતાં. પગમાં ચાંદીના ભારે તોડા હતા. કાંતિપ્રસાદને આ જોઈ ફાળ પડી, 'હમણાં ગાંધીજીએ બનારસ હિંદુ યુનિવર્સિટીમાં રાજાઓની સભામાં સંભળાવ્યું હતું કે આવાં સ્ત્રી જેવાં ઘરેણાં પહેરો છો, તે તમને શોભતાં નથી, એમ અહીં પણ મહારાવને ટોકશે કે શું ?'

ગાંધીજી પણ પહેલાં સૂટેડ બૂટેડ હતા. અંગ્રેજ બારિસ્ટર જેવા જ હતા. પંદર હજાર પાઉન્ડની વાર્ષિક આવક હતી. પણ પછી દક્ષિણ આફ્રિકામાં કુલીનો વેશ પહેરી લીધો. હિંદ આવ્યા ત્યારે કાઠિયાવાડી અંગરખું અને માથે પાઘડી પહેર્યાં, પણ રેલવેના થર્ડ કલાસમાં હિંદ દર્શન કરતાં એમણે ઓરિસ્સામાં જોયું કે બે સ્ત્રીઓને પહેરવા ફક્ત એક જ સાડી હતી. એમણે ભરથરીની જેમ સઘળા વેશ અને ખેસ ઉતાર્યો અને ટૂંકી પોતડી ધારણ કરી. કાંતિપ્રસાદના મનમાં વિચાર

આવતા રહ્યા. પરંતુ ગાંધીજીએ મહારાવને વંદન કર્યા અને કશું બોલ્યા નહિ, તેથી કાંતિપ્રસાદને હાશ થઈ. મહારાવે ચાંદીની તશતરીમાં કચ્છી ખજૂર, કેળાં, કાજુ, ગુલાબપાક, બદામ ઇત્યાદિ ગોઠવ્યાં હતાં. 'મહાત્માજી, આ કચ્છી ખજૂર ચાખો. બહુ મીઠી હોય છે.' મહારાવે આગ્રહ કર્યો. 'કાંતિપ્રસાદ, મહેમાનોને ગુલાબ પાક ચખાડો.' ગાંધીજીએ હસીને ખજૂર લીધી. પછી કચ્છ રાજ્યોમાં અંત્યજોની હાલત વિષે પૂછ્યું.

'મહાત્માજી, કચ્છમાં અંત્યજોને કોઈ જ તકલીફ નથી. રાજ્ય એમનું બરાબર ધ્યાન રાખે છે. અમે કચ્છી જાડેજા જ્યારે પ્રથમ વાર રાજગાદી પર બેસીએ, ત્યારે અંત્યજોની આંગળીના રક્તથી મહારાવના ભાલે તિલક કરવામાં આવે છે. અને એમ અંત્યજોનું બહુમાન કરવામાં આવે છે. કચ્છમાં આભડછેટની પ્રથા છે જ નહિ. ભૂજિયા ડુંગરની તળેટીમાં નાગપાંચમના દિવસે નાગપૂજન પછી અંત્યજ મહારાવના ભાલે ચાંદલો કરે છે.' મહારાવ ખેંગારજી અસ્ખલિત બોલી ગયા.

'મને આ સાંભળી આનંદ થયો મહરાવશ્રી, હું કચ્છ આવ્યો છું તો હું અંત્યજોને મળીને જાત તપાસ તો કરીશ જ. પરંતુ મહારાવશ્રી, અંત્યજો રાજતિલક કરે છે તે સારી વાત હોવા છતાં તેટલા માત્રથી મને સંતોષ થતો નથી. અંત્યજોને રાજના અન્ય નાગરિકો જેવા જ હરવા-ફરવા-રહેવાના, ખાવા-પીવાના અધિકાર હોવા જોઈએ. આપના રાજમાં વણાટ અને ભરતકામ કરતા વણકરોને આઝાદી નથી અને ઈજારદારોના વર્કઓર્ડર મુજબ જ કામ કરવું પડે છે. અન્યથા મીઠાના પાણીમાં બોળેલા કોરડા તેમને મારવામાં આવે છે, તે આપ અટકાવો.' ગાંધીજી અટક્યા. મધ-લીંબુપાણીનો ઘૂંટ લઈને કહે, 'આપના રાજમાં ભૂંડી ભૂંછીનો ન્યાય છે. તે રદ કરો. અંત્યજોને પણ અન્ય નાગરિકોની જેમ આપની અદાલતમાં ન્યાય કે સજા મળવી જોઈએ. ઠેકેદારો ચીભડાના ચોરને ફાંસીની સજા કરે છે અને અપીલ કોટવાળથી આગળ થઈ શકતી નથી. તેથી મહારાવશ્રી, આ પ્રથા બંધ કરવા મારી આપને અપીલ છે.' ગાંધીજીએ વાત પૂરી કરી અને ખજૂર લીધી.

'મહાત્માજી, આ બંને પ્રથાઓ આ ઘડીથી અટકાવવા હુકમ કરું છું.' મહારાવે દિવાન તરફ જોઈને કહ્યું, 'દિવાનજી, સાંજ સુધીમાં હુકમો નીકળી જવા જોઈએ.' 'હુકમ સરકાર.' દિવાને માથું ઝુકાવ્યું. 'કાલે

નગરવાડીમાં અંત્યજોને સભામાં બોલાવવા વાત કરી તો નાગર આગેવાનોએ વિરોધ કરેલો, કેમ કાંતિપ્રસાદ ?' ગાંધીજીએ કાંતિપ્રસાદને પૂછ્યું. આ કાંતિપ્રસાદ ભડવીર છે. એમણે કોઈનું ન સાંભળ્યું અને અંત્યજોને બોલાવ્યા, પરંતુ તેમને જુદા બેસવું પડ્યું. અંત્યજો વચ્ચે જઈને ભાષણ કરવા ગયો તો ઊહાપોહ મચ્યો.' ગાંધીજીએ ઊઠતાં ઊઠતાં કહ્યું. મહારાવ ખેંગારજી પણ કશું બોલ્યા વગર સ્મિત કરતા ગાંધીજીને વંદન કરીને ઊભા થયા.

બીજે દિવસે ફરી જાહેરસભા યોજાઈ. કાંતિપ્રસાદે અંત્યજોને સૌથી આગળ બેસાડ્યા. ગાંધીજીએ કહ્યું કે 'આપણા અખા ભગતે પણ આભડછેટ અદકેરું અંગ છે એટલે કે વધારાનું નકામું અંગ છે, એમ કહ્યું છે. અંગ્રેજો આપણને તેમની કલબોમાં પેસવા દેતા નથી. પાટિયું મારે છે કે કૂતરા અને હિંદીઓએ આવવું નહિ. આપણે અંત્યજો સાથે કરેલો વ્યવહાર જોઈ અંગ્રેજો આવું શીખ્યા છે.'

ભૂજના મોઢવણિક સમાજ તરફથી ગાંધીજીનો સત્કાર કરવામાં આવ્યો. ગાંધીજી કહે, 'મને તો જ્ઞાતિએ નાતબહાર મૂકેલો છે. અંત્યજો માટે જીવ બાળું છું તો હવે મારાથીય લોક અભડાય છે. આપણા નરસી મહેતાને નાતબહાર મૂકેલા અને મને ખાતરી છે કે આ કાંતિપ્રસાદને પણ નાગરો નાત બહાર મૂકશે જ.' ગાંધીજીએ કાંતિપ્રસાદ તરફ ઈશારો કર્યો. સભામાં સૌ હસી પડ્યાં.

પછી ગાંધીજીનો રસાલો દેશલપુર પહોંચ્યો. મંજલથી દેશલપર ગાંધીજીના દર્શને આવેલાં ખાદીધારી સાધ્વીમૈયા અને તેમની મંડળીની બહેનોની ખાદી પ્રવૃત્તિ જોઈ ગાંધીજી રાજી થયા અને બોલ્યા, 'સૂતરના તાંતણે સ્વરાજ સાચું, પણ અંત્યજોને આવી સ્થિતિમાં રાખીને હિંદુસ્તાનનું સ્વરાજ મળે તો તે સુધ્ધાં હું ન લઉં.' 'બાપુએ વિદ્યાપીઠનું ફંડ ન મળે તો કાંઈ નહિ, પણ વિદ્યાપીઠમાં અંત્યજ વિદ્યાર્થી દાખલ થશે જ એમ કહેલું.' કાંતિપ્રસાદે મહેશ્વરીના કાનમાં કહ્યું. કોટડામાં ગાંધીજીએ અંત્યજ શાળાનો પાયો ખોદ્યો અને લોકોને સંબોધન કર્યું. 'રામ નિષાદને ભેટ્યા હતા, શબરીનાં એઠાં બોર ખાધાં હતાં. મારી મા કહે, આ ઉકાને ન અડાય. કેમ નહિ ? પૂછીને મેં મા સામે બળવો કર્યો હતો અને ઉકાભાઈને અડ્યો હતો.'

સાંજે ત્યાંથી નીકળી ગાંધીજીનો રસાલો કચ્છ ગોધરા આવ્યો. શેઠ ઠાકરસીના બંગલે ગાંધીજીનો ઉતારો રાખ્યો હતો. વાતવાતમાં કહે, કાઠિયાવાડમાંથી અસ્પૃશ્યતાનિવારણ કાર્ય માટે પૈસા ઊગરાવવા એ સાજો દાંત ખેંચી કાઢવા જેવું છે, મારે મન ઠાકરસીભાઈ, અસ્પૃશ્યતા-નિવારણનું કાર્ય આધ્યાત્મિક ક્રિયા છે !' ઠાકરસી મૂછોમાં હસતા રહ્યા.

પછી જાહેરસભા થઈ. ત્યાં પણ ગાંધીજીએ ખાદી પછી તરત અસ્પૃશ્યતા નિવારણની વાત કરતાં કહ્યું કે, 'અસ્પૃશ્યતા હિંદુ ધર્મનું અંગ નથી પણ તેમાં પેસી ગયેલો સડો છે. અસ્પૃશ્યતા જીવે એના કરતાં હિંદુ ધર્મ રસાતાળ જાય એ હું વધારે જ ઇચ્છું.' હજાર લોકોએ તાળીઓ ન પાડી, તેથી કાંતિપ્રસાદ ઝંખવાયા. રાત્રે જમતાં જમતાં વાતો ચાલી. 'મહાત્માજી, આ અંત્યજો મુદ્દાલ માંસ છોડે તો અસ્પૃશ્યતા દૂર થાય.' જમતાં જમતાં ઠાકરસી બોલ્યા. 'આ કંઈ એમને ગમતી વાત નથી, ઠાકરસીભાઈ, એ દર્શાવે છે કે એમની દરિદ્રતા કેટલી કરુણાજનક છે. હું તો ઇચ્છું છું કે તેઓ પણ મારી જેમ કોળાનું શાક ખાય !' સૌ આ સાંભળી હસી પડ્યાં.

મांડવી પહોંચ્યા ત્યારે ત્યાં નગરશેઠે એમનો સત્કાર કર્યો. તિલક કર્યું ને ફૂલમાળા પહેરાવી. લોહાણા બોર્ડિંગની મુલાકાત લીધી. વિદ્યાર્થીઓને રેંટિયાથી કાંતવાનું શીખવાડ્યું. લોહાણા સમાજે માનપત્ર આપ્યું. ગાંધીજીએ ભાષણ કર્યું કે 'આવતે જન્મે હું બ્રાહ્મણ, વૈશ્ય કે શૂદ્ર પણ નહિ, અતિ શૂદ્ર જ જન્મવા માગું છું.'

સાંજે બ્રહ્મપુરીમાં સભા થઈ. ત્યાં ગાંધીજી પહોંચ્યા ત્યારે તેમણે જોયું કે સભામાં આવવા બે દરવાજા રાખવામાં આવેલા. તેમને નવાઈ લાગી. 'કાંતિપ્રસાદ, બે દરવાજા કેમ રાખ્યા છે ? તપાસ કરો.' 'બાપુ, એક દરવાજો ઉપલી વરણ માટે છે અને બીજો દરવાજો નીચલી વરણ એટલે કે અંત્યજો માટે રાખ્યો છે.' કાંતિપ્રસાદે ખચકાતાં ખચકાતાં સમજાવ્યું. 'તો હું અંત્યજોના દરવાજેથી જ દાખલ થઈશ.' ગાંધીજીએ મક્કમતાથી કહ્યું. કાંતિપ્રસાદ મૂંઝાયા, 'બાપુ, માંડ આ લોકોને અંત્યજો માટે સમજાવ્યા છે અને વ્યવસ્થા કરી છે.' 'હું અંત્યજ છું, વણકર છું, ચમાર છું, ખેડૂત છું, સફાઈ કામદાર પણ છું. એટલે એમના દરવાજામાંથી જ જઈશ.' ગાંધીજીએ પગ ઉપાડ્યો. ગાંધીજી ગંદી ગલીમાં થઈ અંત્યજોના દરવાજેથી દાખલ થયા એવા અંત્યજોએ

ઊભા થઈ 'મહાત્મા ગાંધીની જય' બોલાવી.

ત્યાં તો સભામાંના કેટલાક લોકો લાકડીઓ લઈ એકદમ અંત્યજો પર તૂટી જ પડ્યા. ચીસાચીસ અને હો હા મચી ગઈ. અંત્યજો માર ખાતા, રાડો પાડતા બીકના માર્યા સભા છોડી ભાગી ગયા. ગાંધીજી હતપ્રભ થઈ ઊભા રહી ગયા. 'બાપુ, સ્વરાજ મેળવવું મુશ્કેલ છે, પરંતુ આભડછેટ દૂર કરવી અઘરી છે.' કાંતિપ્રસાદ ગળગળા થઈ ગયા.

સભાના આગેવાનો દોડી આવ્યા અને ગાંધીજીને મંચ તરફ લઈ ગયાં. માંડ સભાને થાળે પાડી. ગાંધીજી ગદ્દ કંઠે માંડ માંડ બોલવા લાગ્યા, 'આ જે થયું તે ઠીક થયું નથી. અસ્પૃશ્યતા સાથેનું સ્વરાજ મારા ખપનું નથી. સાર્વજનિક મેળા, બજાર, દુકાન, શાળા, ધર્મશાળા, મંદિર, ફૂવા, આગગાડી, મોટર ને જાહેરસભા – જ્યાં બીજા હિંદુઓને જવાનો અધિકાર હોય ત્યાં અસ્પૃશ્યોને પણ અધિકાર છે જ.' ભાષણના અંતે આગેવાનો માનપત્ર વાંચવા ઊભા થયા.

'એ તકલીફ ન લેશો. હું માનપત્ર સ્વીકારવાનો નથી.' ગાંધીજીએ હાથ જોડ્યા ત્યારે ચશ્માં પાછળ એમની આંખો ભીની હતી, તે કાંતિપ્રસાદે જોઈ લીધું.

પ્રવીણ ગઢવી 466/2, સેક્ટર-1, ગાયત્રીમંદિર પાછળ, ગાંધીનગર

સંદર્ભ :

(૧)મુદ્રાંકન સહયોગ : આશાબહેન બૂચ e.mail : saroj.anjaria@gmail.com

(૨)Category:- Gandhiana https://opinionmagazine.co.uk/details/2309/gandhijinee-kutchyaatraa,

(3) રમેશભાઈ સંઘવીના તંત્રીપદ હેઠળ સંપાદિત દ્વિમાસિક "શાશ્વત ગાંધી "

(૪)વિવિધ અખબારી અહેવાલો , વિકિપીડિયા

6

પ્રોફ .વખતસિંહ જાડેજા

મા આશાપુરા વિદ્યાસંકુલનો પાયો નાખનાર તથા કચ્છના શિક્ષણ જગતના કર્ણધાર એવા પ્રો. વખતસિંહ જાડેજા હતા. સ્વ. પ્રો. વખતસિંહ જાડેજા એ કચ્છને કર્મભૂમી બનાવી શિક્ષણને લગતા પ્રશ્નોની રજુઆત સ્થાનિકથી માંડીને રાજ્યસરકાર સુધી કરી હતી.તેમણે નિવૃત્તિ પછીના સમયમાં શ્રી શિવ શક્તિ સ્ટડી સર્કલ ટ્રસ્ટ તથા મા આશાપુરા વિદ્યાસંકુલનું બીજ રોપણ કરી આજ આ સંસ્થા વટવૃક્ષ સમી બનાવેલ છે. તેમજ કચ્છ યુનિ. લાવવામાં મહત્વનો ફાળો રહેલો છે. કચ્છના બાળકો માટે શિક્ષણ ક્ષેત્રે જીવનના અંતિમ શ્વાસ સુધી સક્રિય રહેલા પ્રા. વખતસિંહ જાડેજાની સ્મૃતિમાં કચ્છ યુનિવર્સિટી દ્વારા તેજસ્વી છાત્રોને ગોલ્ડ મેડલ અપાય છે. બાપુ ના હુલામણા નામથી પ્રખ્યાત જાડેજા સાહેબ ને કચ્છ નો આમ આદમી થી માંડીને ગુજરાત ના મુખ્યમંત્રી કે રાષ્ટ્રિય કક્ષા ના નેતાઓ ઓળખતા હતા.

મને યાદ છે કે હું બીએસસી ના છેલ્લા વર્ષી માં ભણતો ત્યારે બાપુ જ્યુબેલી મેદાન માં ધરના ઉપર બેઠા હતા કે કચ્છ ને અલગ થી યુનિવર્સિટી આપો , આ વાત ધરતી કંપ પહેલા ની વાત છે .ત્યારે બાપુ નો પરિચય થયો હતો , બાપુ મારા પિતાશ્રી ના અને મારા નાના થી

પરિચિત હતા એટલે અવારનાર ગણી વાર હું તેમની સલાહ લેવા જતો હતો જૂની સ્વામિનારાય શાળા ની સામે બાપુ ની નિશાળ હતી ત્યાં જતા અમે સૌ મિત્રો અને બાપુ એ મને વલ્લભ વિદ્યાનગર જવાની સલાહ આપી હતી જે મારા જીવન માં એક નવો વળાંક હતો અને જેનું સારું ફળ હું આજે ભોગવું છું આથી બાપુ મારા માટે તો એક આદર્શ વ્યક્તિ છે અને રહેશે .

બાપુ યાદ આવે એટલે બાપુ નું નેવી બ્લુ રંગ વાળું સન્ની સ્કૂટર યાદ આવે છે સફારી સૂટ , ગોળ મસ્ત ટોપી જેને હેટ કહીએ તેવા દાઢીધારી અને સતત ધીર ગંભીર મુદ્રા માં અવારનવાર મળી જતા હતા તે અચૂક યાદ આવે છે અને યાદ રહેશે .જેના ઉપર બાપુ સવાર થી સાંજ નિરંતર એક સાધુ પુરુષ ની જેમ સતત કાર્યશીલ રહેતા હતા ,મને યાદ છે કે બાપુ પછી થાક્યા એટલે ચાર ચકરી વાહન માં સવાર થયા હતા , આવા કાર્યશીલ અને કર્મશીલ વ્યક્તિઓ આજે બહુ જોવા મળતા નથી .

બાપુ ૧૯૭૧ માં પ્રથમ વાર અંગ્રેજી ના પ્રાધ્યાપક તરીકે ભુજ ની જે બી ઠક્કર કોમર્સ કોલેજ માં જોડાયા હતા તે વખતે કચ્છ માં સ્ત્રી શિક્ષણ બહુ ઓછું હતું , કોઈ સગવડ ના હતી , ગરીબ વિદ્યાર્થી ને વધુ અભ્યાસ કરવા કચ્છ બહાર જવું પડતું અરે માસ્ટર ડિગ્રી ની પરીક્ષા આપવા પણ અમદાવાદ જાવું પડતું હતું એટલે બાપુ એ વિચાર્યુ કે મારે કચ્છ માટે કૈક કરવું જોઈએ એટલે તેમણે શિવ શક્તિ સ્ટડી સર્કલ ની સ્થાપના કરી જેને ઉદેશ એટલો જ હતો કે કોઈ જરૂરિયાત મંદ વિદ્યાર્થી ભાઈ કે બહેન ને આર્થિક મદદ કરી ને તેને શિક્ષણ સ્તરે આગળ લઇ જાવો આમ બાપુ ગણી વાર ઉધાર કે ફાળા વડે ગરીબ વિદ્યાર્થીઓ ની ફી ભરતા હતા .

૧૯૭૩ માં તેઓ એ પોતાની શાળા ની સ્થાપના કરી જેમાં પ્રાથમિક થીમાંડી ને ઉચ્ચતર માદયમિક ગુજરાતી અને બાપુ વિચારતા કે અંગ્રેજી ના જ્ઞાન ના અભાવે કચ્છ નો ઉમેદવાર પાછળ રહી ના જાય તેના માટે બાપુ એ ખાસ અંગ્રેજી માધ્યમ ની શાળા ની શરૂવાત કરી હતી .. તેઓ ખાસ તો સ્ત્રી શિક્ષણ ના ખાશ હિમાયતી હતા આમાટે બાપુ એ સૌપ્રથમ કચ્છ માં ખાસ મુંબઈ ની એસ એન ડી ટી યુનિવર્સીટી જોડે રહીને મહિલા બીએડ , એમ એડ કોલેજ ની સ્થાપના કરી હતી અને

પછી તે યુનિવર્સીટી કચ્છ જોડે જોડાણ પામી હતી .

બાપુ ને જયારે ૩૫ વર્ષ પુરા થાય હતા ત્યારે તેની ઉજવણી વખતે બાપુ શારીરિક રીતે નબળા પડ્યા હતા પણ માનસિક રીતે સતત કાર્યશીલ હતા , હા તેમને પોતાના દીકરા ની બીમારી ની પણ ચિંતા હતી પણ તેઓ સતત છેક શ્વાસ સુધી લડ્યા , અનેક અરજીઓ , અનેક ધરણાંઓ , રૂબરૂ સ્વ ખર્ચે ગાંધીનગર વિધાનસભા ની સામે વિલચેર ઉપર પણ કચ્છ યુનિવર્સિટી ને સેન્ટ્રલ યુનિવર્સિટી નો દરજ્જો મળે તેને માં ખુબ પ્રયત્ન કર્યા હતા , તેમના વિદ્યા સંકુલ માં બીએડ કે પીટીસી કરીને લગભગ ૨૦૦૦ થી વધારે બહેનો શિક્ષણ મેળવીને પગભર થઇ છે અને હજુ પણ થાય છે .

યાદ રાખો કચ્છ ને મેડિકલ કોલેજ મળે તેના માટે બાપુ નો અવિરત ફાળો હતો . મને લાગે છે કે બાપુ ખરેખર સવાયા કચ્છી હતા અને આવા અને વીરલાઓ ખરેખર મરતા નથી તેઓ અમર થઇ જાય છે પોતાના મહાન કાર્યોથી આથી બાપુ સદા કચ્છ માટે અમર છે અને રહેશે . આવા મહા પુરુષ નું ૨૦૧૫ માં ૮જાન્યુઆરી થયું તે દિવસ એક કચ્છ ના શિક્ષણ માટે આંચકા સમાન છે , આવા વીરલાઓ સમાજ માં બહુ જ ઓછા પાછા આવતા હોય છે એટલે બાપુ ની ખોટ કાયમ માટે કચ્છ અનુભવશે તેવું મારું માનવું છે . આવા પ્રો .વખતસિંહ જાડેજા ને જે બહુ આયામી વ્યક્તિત્વ ધરાવતા હતા તેવા મહામાનવ ને મારા કોટી કોટી વંદન.

7

કાંતિસેનભાઇ શ્રોફ

કચ્છના સર્વાંગી વિકાસના સ્વપ્નદ્રષ્ટા 'એગ્રોસોલ' સાથે સંકળાયેલા ઉદ્યોગપતિ 'સહજીવન' 'અભિયાન' ના મોવડી માર્ગદર્શક અને માંડવીમાં વિવેકાનંદ રિસર્ચ એન્ડ ટ્રેઇનિંગ ઈન્સ.ના ભેખધારી સ્થાપક અને' કચ્છની હસ્તકલા અને કારીગરીને સમર્પિત શ્રૃજનના કાંતિસેનભાઇ શ્રોફ `. સેવા અને ઉદ્યોગક્ષેત્રે મુઠ્ઠી ઊંચેરું નામ. કાંતિસેન શ્રોફ કચ્છ ઉપરાંત સૌરાષ્ટ્રમાં ભાવનગરમાં ઉદ્યોગ અને સંશોધન ક્ષેત્રે એમનું પ્રદાન અનન્ય રહ્યું. તેઓનો જન્મ 1923માં માંડવીમાં થયો હતો.

ભાવનગરમાં એક્સેલ ઈન્ડસ્ટ્રીઝની સ્થાપના એમણે કરી. વિવેકાનંદ રિસર્ચ એન્ડ ટ્રેનિંગ ઈન્સ્ટિટ્યૂટ સ્થાપી અને એ થકી અનેકવિધ સામાજિક કાર્યો હાથ ધરાંયા એ એક મિશાલ સમાન છે.' કચ્છના ગ્રામોત્થાનની અને જળસંચયની પ્રવૃત્તિનાં તેઓ પ્રણેતા રહ્યા હતા.' દુષ્કાળની વણઝાર, વાવાઝોડાં, ધરતીકંપ જેવી આફત વખતે તેમણે વ્યાપક સેવાકાર્યો કર્યાં હતાં. તેમનાઅવસાન ના સમાચાર સાંભળી ને વડાપ્રધાને પણ પોતાના શબ્દોમાં અંજલિ આપી હતી.

વડાપ્રધાન નરેન્દ્ર મોદીએ ટ્વિટ કરીને તેમને શ્રદ્ધાંજલિ આપી લખ્યું હતું કે તેઓ સફળ ઉદ્યોગપતિ હોવા ઉપરાંત કલા-કારીગરો માટે મોટું યોગદાન આપ્યું હતું. 1998ના વાવાઝોડા બાદ રચાયેલા કચ્છમાં કાર્યરત વિવિધ સ્વૈચ્છિક સેવાભાવી સંસ્થાઓના બનેલા સંગઠન

'કચ્છ નવનિર્માણ અભિયાન'નાં સ્થાપકો પૈકીના એક એવા પૂ. કાકાની ઓળખ કચ્છને આપવાની ન હોય. ભુજ-અંજાર માર્ગે લેરવાડીમાં એક ઉચ્ચકોટીનાં સાધકને છાજે એ રીતે તમામ મોહમાયાનો ત્યાગ સ્વયંભૂ કરીને 'બસ હવે ઘણું જીવ્યા' તેવા ભાવ સાથે માત્ર જળની જ અમુક બુંદ લેતા છતાં તેજસ્વી ભાસતા કાંતિસેનભાઇએ 98 વર્ષની વયે અંતિમ શ્વાસ લેતાં ગ્રામ્ય ઉત્થાન ક્ષેત્રના એક અધ્યાયનું જાણે સમાપન થયું હતું.

આંતરરાષ્ટ્રીય ખ્યાતિપ્રાપ્ત સાપ્તાહિક 'ધ વીક'એ છેક 1995માં જેમને 'મેન ઓફ ધ યર' તરીકે સન્માન આપ્યું હતું એવા પૂ. કાકાના વડપણ હેઠળ માંડવીમાં વિવેકાનંદ રિસર્ચ એન્ડ ટ્રેઇનિંગ ઇન્સ્ટિટ્યૂટ (વી.આર. ટી.આઇ.)ના લોકહિતનાં કાર્યો હોય કે 'શ્રૃજન' અને પછી એલ. એલ.ડી.સી. (લિવિંગ એન્ડ લર્નિંગ ડિઝાઇનર સેન્ટર) અજરખપુરની કામગીરી હોય શ્રોફ દંપતીની સેવાઓની નોંધ કચ્છ જ નહીં પણ કચ્છ આવનારા દેશ-વિદેશના લોકોએ સહર્ષ લીધી છે.

શ્રી રામકૃષ્ણ પરમહંસ અને વિવેકાનંદજીનાં અંતેવાસી એવા કાંતિસેનભાઇ શ્રોફ -68ના દુકાળ વખતે રામકૃષ્ણ મિશન દ્વારા ઘાણેટી (તા. ભુજ)માં રાહત કાર્ય ચલાવવા આવ્યા. કચ્છનાં અદના કારીગરની મદદમાં એવા તો જોતરાઇ ગયા કે ચંદાબેન(કાકી) શ્રોફને એ કામગીરી બદલ 2006માં 'સોયદોરામાંથી ક્રાંતિનું સર્જન' કરવા' બદલ એક લાખ યુએસ ડોલરનો પ્રતિષ્ઠિત 'રોલેક્ષ એવોર્ડ' એનાયત થયો.

આ શ્રોફ દંપતીના પ્રયાસોથી કચ્છનાં 120 ગામની ત્રણ હજારથી વધુ બહેનો શ્રૃજન સાથે હસ્તકળા કારીગરીથી જોડાઇ અને 'આત્મનિર્ભર' થઇ. કચ્છમાં વી.આર.ટી.આઇ. દ્વારા થયેલા જળ સંગ્રહના કામોની કદર રુપે ઇન્સ્ટિટ્યૂટના ચેરમેન અને સ્થાપક એવા કાંતિસેનભાઇ શ્રોફ 'કાકા'ને દેશનો સર્વ પ્રથમ રાષ્ટ્રીય જળ સંચય અભિયાન એવોર્ડ 1995નાં અપાયો, કચ્છ, સૌરાષ્ટ્ર ઉપરાંત મહારાષ્ટ્રમાં પણ તેમની સંસ્થાએ જળસંચયના ક્ષેત્રે ઉલ્લેખનીય કામગીરી પાર પાડી. જેના સન્માન સ્વરુપે ફાવર્ડ સ્કૂલ ઓફ ઇન્ડિયા એવોર્ડ 1991માં શ્રી જમનાદાસ બજાજ ફીયર બિઝનેશ પ્રેકિટસ એવોર્ડ 1992 અને ગુડ કોર્પોરેટ સિટીઝન એવોર્ડ 1993-94માં

અપાયા.

એકસેલ ઇન્ડસ્ટ્રીઝ લિ. મુંબઇના સ્થાપક ઉદ્યોગપતિ એવા પૂ. કાકાએ 2018માં 96 વર્ષની‘ વયે પણ પેન્સિલ અને પીંછીથી પ્રવૃત્ત આ તેમના દોરેલા ચિત્રોનું ખાસ પ્રદર્શન એલ.એલ.ડી.સી. ખાતે `કાકાંસ આર્ટ વર્ક’ નામે યોજાયું હતું મહાત્મા ગાંધી, વિનોબા ભાવે, જય પ્રકાશ નારાયણ અને ગુરુદેવ રવીન્દ્રનાથ ટાગોરથી પ્રભાવિત શ્રી શ્રોફે `શાંતિ નિકેતન‘માં ખાસ ચિત્રો માટે અભ્યાસ કર્યો હતો અને પછી 1947થી આઝાદીની ચળવળમાં જોડાઇ ગયા હતા.

તેથી જીવન સંધ્યાએ શોખ પુન: જીવિત કર્યો હતો. વયોવૃદ્ધ એવા કચ્છના હામીએ લાંબા સમયથી ભોજન, દૂધ, ફળ, ઇત્યાદિનો ત્યાગ કર્યો હતો અને `હંમેશાં ખૂબ ખાધું હવે બસ’ એવા શબ્દો ઉચ્ચારતા હતા તેમના સ્વાસ્થ્ય માટે સતત સંપર્કમાં રહેતા ડો. મુકેશ ચંદેના જણાવ્યાનુસાર સતત પાણી પર હોવા છતાં તેમના ચહેરાની ઓજસ્વિતા અકબંધ હતી.‘કાંતિસેન શ્રોફનું જીવન ગ્રામોત્થાન અને કચ્છ વિકાસને સમર્પિત રહ્યું.

કચ્છને વાવાઝોડા, દુષ્કાળ, ધરતીકંપ જેવી અનેક કુદરતી આફતો વખતે તેમનું દૃષ્ટિવાન માર્ગદર્શન મળ્યું છે એમ જાણીતા દાનવીર અને સૌરાષ્ટ્ર ટ્રસ્ટ - જન્મભૂમિ પત્રોના ચેરમેન દામજીભાઈ એન્કરવાલાએ જણાવ્યું હતું. કાકાના નિધન પર શોક વ્યક્ત કરતાં દામજીભાઈએ 1998ના કંડલા વાવાઝોડા વખતે કંઠીપટના ગ્રામ્ય વિસ્તારમાં બાગાયત ને વિશેષ તો ખેડૂતો માટે કમાઉ દીકરા જેવા હજારો ખારેકના વૃક્ષનો સોથ વળી ગયો હતો ત્યારે કાકાએ સુમતિચંદ્ર મહેતાની સાથે લીધેલી મુલાકાત યાદ કરી હતી. જળસંચયના કામો હોય કે કૃષિવિકાસ કાંતિસેનભાઈ હંમેશાં નોખી દૃષ્ટિથી વિચારતા.

જરૂર પડ્યે સરકારને માર્ગદર્શન આપ્યું છે અને હંમેશાં લોકોની પડખે રહ્યા છે. આટલા સફળ ઉદ્યોગપતિ હોવા છતાં તેમણે સાદગીભર્યું જીવન જીવી જાણ્યું. હંમેશ જમીન સાથે જોડાયેલા મહામાનવ બની રહ્યા.‘કચ્છના સર્વાંગી વિકાસના સ્વપ્નદ્રષ્ટા એગ્રોસોલ‘ સાથે સંકળાયેલા ઉદ્યોગપતિ `સહજીવન’ `અભિયાન‘ ના મોવડી માર્ગદર્શક અને માંડવીમાં વિવેકાનંદ રિસર્ચ એન્ડ ટ્રેઇનિંગ ઇન્સ.ના ભેખધારી સ્થાપક અને’ કચ્છની હસ્તકલા અને કારીગરીને સમર્પિત શ્રુજનના

કાંતિસેનભાઇ શ્રોફ `કાકા'એ ૧૪ મે ૨૦૨૧ ના રોજ વહેલી સવારે એક સાધક, સંસારી સાધુને છાજે એ રીતે મોહમાયા સંકેલી લેતાં જિલ્લાના વિવિધક્ષેત્રમાં શોક વ્યાપ્યો હતો આવા સાચા ગાંધીવાદી નખશીખ ભારતીય ઉધોગપતિ ને શત શત વંદન .